புவியின் கடைசி மனிதன்

தென்வேந்தனின் சிறுகதைகள்

அருண் குமார் தென்வேந்தன்

Copyright © Arun Kumar Thenventhan
All Rights Reserved.

This book has been published with all efforts taken to make the material error-free after the consent of the author. However, the author and the publisher do not assume and hereby disclaim any liability to any party for any loss, damage, or disruption caused by errors or omissions, whether such errors or omissions result from negligence, accident, or any other cause.

While every effort has been made to avoid any mistake or omission, this publication is being sold on the condition and understanding that neither the author nor the publishers or printers would be liable in any manner to any person by reason of any mistake or omission in this publication or for any action taken or omitted to be taken or advice rendered or accepted on the basis of this work. For any defect in printing or binding the publishers will be liable only to replace the defective copy by another copy of this work then available.

இப்புத்தகம்

என்னை படைத்த தாய் தந்தைக்கும்,
எனது வாழ்வின் பாதையை மாற்றிய
இலக்கியத்திற்கும் சமர்ப்பணம்.

பொருளடக்கம்

அருண் குமார் தென்வேந்தன்

அருண் குமார் தென்வேந்தன் தூத்துக்குடி மாவட்டம் கோவில்பட்டியில் பிறந்தார். இவருடைய இயற்பெயர் அருண் குமார், தென் பகுதியை குறிக்கும் வகையில் தனது பெயருக்குப் பின்னால் **தென்வேந்தன்** என்ற பெயரை இணைத்துக்கொண்டார். இவர் ஆங்கில இலக்கியத்தில் இளங்கலை பட்டம் பெற்றுள்ளார். சிறுவயது முதலே புத்தக வாசிப்பின் மீது மிகுந்த ஆர்வம் கொண்டவர் தனது எழுத்துப் பயணத்தை 2018ல் தொடங்கினார். கல்லூரி இறுதியாண்டு படிக்கும்பொழுது சிறுகதைகளை எழுதத்தொடங்கினார். சென்னையில் உள்ள ஒரு செய்தி நிறுவனத்தில் பணியாற்றியவர் தற்போது போட்டி தேர்வுகளுக்குத் தயார் செய்து வருகிறார். தற்போது கோவில்பட்டியில் வசித்து வருகிறார்.

முன்னுரை

வணக்கம்...! நான் அருண் குமார் தென்வேந்தன், நான் பிறந்து வளர்ந்தது எல்லாம் தூத்துக்குடி மாவட்டத்தில் உள்ள கோவில்பட்டியில்தான். தற்போதும் கோவில்பட்டியில்தான் வசித்து வருகிறேன். ஆங்கில இலக்கியத்தில் இளங்கலை பட்டம் பெற்றுளேன். தற்போது போட்டி தேர்வுகளுக்குத் தயார் செய்து வருகிறேன், இதற்கு முன் சென்னையில் உள்ள ஒரு செய்தி நிறுவனத்தில் பணியாற்றினேன். பன்னிரண்டு சிறுகதைகளை உள்ளடக்கிய இப்புத்தகம் எனது முதல் புத்தகமாகும்.

இலக்கியம் மட்டும் இல்லையென்றால் நான் இந்த புத்தகத்தை எழுதியிருக்கமாட்டேன். என் வாழ்வின் திசையும் வேறு வழியில் சென்றிருக்கும். ஒரு இயந்திர வாழ்க்கையில் நானும் ஒரு இயந்திரமாகத்தான் இருந்திருப்பேன். என்னை அவற்றிலிருந்து காப்பாற்றிய இலக்கியத்திற்கு இந்நேரத்தில் நன்றி கூற விரும்புகிறேன்.

நான் சிறுவயதிலிருந்தே புத்தகங்களை வாசிக்கவும் நேசிக்கவும் தொடங்கிவிட்டேன். எனது எழுத்துப் பயணத்தை 2018ல் தொடங்கினேன். கல்லூரி இறுதியாண்டு படிக்கும் பொழுதுதான் சிறுகதைகளை எழுதத் தொடங்கினேன். அவைகளையெல்லாம் தொகுத்து உங்களிடம் புத்தகமாக சேர்ப்பதற்கு இரண்டு வருடங்களுக்கு மேலாகிவிட்டது.

புத்தக வாசிப்பு பழக்கத்தை ஏற்படுத்த நினைக்கும் அனைவருக்கும் இந்த புத்தகம் சிறப்பானதாக இருக்கும் என நம்புகிறேன். இப்புத்தகத்தை உருவாக்க முக்கிய காரணமும் அதுவே. நேரம் கிடைக்கும்பொழுது வாசிப்பதை விட, புத்தகங்களை வாசிப்பதற்கு நேரத்தை ஒதுக்க வேண்டும். வாசிப்பு பழக்கம் என்பது தினசரி நடவடிக்கையாக இருக்க வேண்டும். புத்தகங்களை வாசிப்பதன் மூலம் உங்களின் மனம் மாறலாம், மனதில் உள்ள கவலைகள் கரைய-

லாம். புத்தகங்களை வாசித்து வாழ்வில் வெற்றிபெற வாழ்த்-
துகள்.

நன்றி!!!

– அருண் குமார் தென்வேந்தன்

• x •

லாம். புத்தகங்களை வாசித்து வாழ்வில் வெற்றிபெற வாழ்த்-
துகள்.

நன்றி!!!

– அருண் குமார் தென்வேந்தன்

• x •

நன்றி

நான் இதுவரை நேரடியாக என் தாய் தந்தையிடம் நன்றி என்னும் சொல்லைக் கூறியதில்லை. ஆனால் மனதிற்குள் பலமுறை கூறியுள்ளேன். நான் எடுக்கும் ஒவ்வொரு புதிய முயற்சிக்கும், ஒவ்வொரு புதிய செயல்களுக்கும் ஊக்கம் அளித்து உறுதுணையாக இருக்கும் எனது தாய் தந்தைக்கு இந்த புத்தகத்தின் வாயிலாக எனது உயிர் கலந்த நன்றி-யினை தெரிவித்துக்கொள்கிறேன்.

மாணவ, மாணவிகளைத் தங்கள் பிள்ளைகள்போல் பார்த்துக்கொண்டு, அவர்கள் வாழ்வின் வளர்ச்சிக்கு முக்கிய பங்காற்றுபவர்கள் ஆசிரியர்களே. மாணவர்களின் வெற்றியே ஆசிரியர்களின் வெற்றி. எனக்கு பாடம் கற்பித்த, கற்பிக்காத ஆசிரியர்கள் அனைவருக்கும் எனது மரியாதை கலந்த நன்றியினை தெரிவித்துக்கொள்கிறேன்.

சாதி, மத, வயது எல்லைகளை கடந்து எந்த ஒரு சூழ்-நிலையிலும் நம்முடன் இருப்பவர்கள் நண்பர்களே. பெற்-றோர்களிடமும் மற்ற உறவுகளிடமும் கூற இயலாத பலவற்-றையும் நண்பர்களிடம் பகிர்ந்துகொள்ள இயலும். ஒருவ-ருக்கு நல்ல நண்பர்கள் கிடைத்துவிட்டால் அவரின் எண்-ணங்கள் எளிமையாகிவிடும். எனது எண்ணங்களை எளி-மையாக்கிய என்னுடைய நண்பர்கள் அனைவருக்கும் எனது அன்பு கலந்த நன்றியினை தெரிவித்துக்கொள்கிறேன்.

எனது வாழ்வின் திசையை மாற்றிய, எனது கேள்விக-ளுக்கு பதில் கூறிய, இந்த உலகை காட்டிய இலக்கியத்-திற்கு என்னுடைய இதயம் கலந்த நன்றியினை தெரிவித்-துக்கொள்கிறேன்.

புத்தகங்கள், என்னுடைய எழுதுகோல், காகிதங்கள் ஆகிய அனைத்திற்கும் எனது உணர்வு கலந்த நன்றியினை தெரிவித்துக்கொள்கிறேன்.

இப்புத்தகத்தை வாசிக்கின்ற உங்கள் அனைவருக்கும் என்னுடைய பணிவான நன்றியினை தெரிவித்துக்கொள்கி-

றேன்.

இறுதியாக இயற்கைக்கு எனது உயிர் கலந்த நன்றி-
யினை தெரிவித்துக்கொள்கிறேன்.

– அருண் குமார் தென்வேந்தன்

1

முதல் நாள்

செவ்வாய்க்கிழமை தினத்தன்று எந்தவொரு புதிய முயற்சியையும் தொடங்க கூடாது என்பதில் பலர் நம்பிக்கை கொண்டுள்ளனர், அது எதுவாக இருந்தாலும் சரி. இன்று ஜூன் 1, கோடை விடுமுறைக்கு பின் பள்ளிக்கூடங்கள் திறக்கும் நாள். செவ்வாய்க்கிழமை எப்படி பள்-ளிக்கூடங்கள் திறப்பார்கள்? என அருணின் அம்மா கூறினார். படிப்-பிற்கும் கிழமைக்கும் என்ன சம்மந்தம் என அருணின் அப்பா கூறினார். இறுதியில் அருணின் அம்மாவின் வாதமே வென்றது. புதிய பள்ளிக்கு செல்ல ஆர்வமாயிருந்த அருணிற்கு இது வருத்தத்தை உண்டாக்கியது.

தனது புதிய பள்ளி சீருடை, புதுப்பித்த பழைய மிதிவண்டி, புதிய புத்தகப்பை ஆகியவற்றை அருண் மீண்டும் மீண்டும் பார்த்துக்கொண்-டிருந்தான். பின் மதியம் சாப்பிட்டுவிட்டு உறங்கிவிட்டான். மாலையில் எழுந்து தனது தெருவில் உள்ள கோவிலில் நடைபெறும் கொடை விழாவிற்கு சென்றான், அன்று இரவு சாமக்கொடை.

'என்னல அருணு, ஸ்கூல் எப்படி இருந்துச்சு' என்று அருணின் நண்பன் கேட்டான்.

'இன்னைக்கு செய்வா கிழம, ஸ்கூல் தொறக்க மாட்டாங்கனு எங்க அம்மா சொன்னாங்க' என அருண் கூறினான்.

'இல்லையே, நான் போனேனே'

'உங்க ஸ்கூல் தொறந்துருப்பாங்க, ஆனா எங்க ஸ்கூலுக்கு லீவு'

'லேய் கொட்டு அடிக்க ஆரம்பிச்சிட்டாங்க வால போவோம்' என்று பேசிக்கொண்டிருக்கும்போதே அருணின் நண்பன் கூறினான்.

'ம்ம்ம்...வா' என அருண் கூறினான்.........இருவரும் கோவிலை நோக்கி ஓடினர்.

மாலை 7 மணியளவில் சாமியாட்டம் தொடங்கியது, அனைவரும் கோவிலைச் சுற்றி நின்றனர். அருணும் அவனுடைய நண்பர்களும் கூட்டத்தின் இடையில் நுழைந்து ஒரு இடத்தை பிடித்துக்கொண்டனர். நையாண்டி மேளம் இடி போல் ஒலித்தது. சாமி ஒருபுறம் ஆட, மற்-றொரு புறம் இளைஞர்கள் விசில் அடித்து ஆரவாரம் செய்தனர்.

'லேய் அருணு அப்பா கூப்ட்டாருல' என்று அருணின் சித்தப்பா முருகன் கூறினார்.

கோவிலை விட்டு மைதானத்தை நோக்கி ஓடினான் அருண். தந்தை அருகில் சென்றுவிட்டான்.

'என்னப்பா?'

'வீட்டுக்குப் போய் தூங்கு, நாளைக்கு ஸ்கூலுக்கு போணும்ல'

'சாமக்கொடைய பாத்துட்டு போறேன்ப்பா'

'சாமக்கொட முடிய நைட்டு ஒரு மணிக்கு மேல ஆகும், நீ போய் தூங்கு போ' என அருணின் தந்தை கூறிவிட்டு வேலைக்கு சென்றார். அருணும் வருத்தத்துடன், அங்கிருந்து சென்றான். ஆனாலும் நாளை பள்ளிக்கூடம் செல்வதை நினைத்து மகிழ்ந்தான்.

இரவு சாப்பிட்டுவிட்டு தொலைக்காட்சியை பார்க்கத் தொடங்கினான் அருண். கோவிலில் அடிக்கும் நையாண்டி மேளத்தின் சத்தம் இவனை அழைத்தது. ஆனால் என்ன செய்வது தந்தை சொல்லை தட்ட முடி-யாமல் வீட்டிலேயே இருந்துவிட்டான். தனது புத்தகப்பையை ஒருமுறை பரிசோதித்துவிட்டு உறங்கச் சென்றான்.

நமக்கு மகிழ்ச்சி அளிக்கக்கூடிய தினத்தன்று காலையில் சீக்கிரம் எழுந்துவிடுவது என்பது உலக நியதியே. புதன் கிழமை காலையில் வீட்-டில் யாரும் எழுந்திருக்கும் முன் அருண் எழுந்துவிட்டான். பள்ளிக்கு செல்லும் ஆர்வத்தில் எல்லா வேலையையும் வேகமாக செய்தான். குளித்து முடித்தவுடன், அருணின் அம்மா அவனது புது சீருடைக்கு மஞ்சள் வைத்து அவனுக்கு போட்டுவிட்டார். உணவு உண்ட பின் சாமி கும்பிட்டு விட்டு தன் தந்தையுடன் புதிய புத்தகப்பை மற்றும் புது கால-ணியை மாட்டிக்கொண்டு புதுப்பித்த பழைய மிதிவண்டியை எடுத்துக்-கொண்டு பள்ளிக்கு கிளம்பினான் அருண். அவனுடைய மகிழ்ச்சிக்கு அளவே இல்லை. பள்ளியை நெருங்கியதும் அவனுக்கு சிறிது பயம்

ஏற்பட்டது.

பள்ளிக்குள் நுழைந்துவிட்டான், அங்கு ஏராளமான மிதிவண்டிகள் இருந்ததால், தனது மிதிவண்டியை எங்கே நிறுத்துவது என்று அவனுக்கு தெரியவில்லை, அங்கும் இங்கும் பார்த்துக்கொண்டிருந்தான். பின் அவனுடைய தந்தை ஒரு இடத்தைக் காட்டி அங்கு நிறுத்தச் சொன்-னார். தந்தை கூறிய இடத்தில் தனது மிதிவண்டியை நிறுத்திவிட்டு தனது புத்தகப்பையை எடுத்துக்கொண்டு தந்தையுடன் பள்ளிக்கு உள்ளே சென்றான் அருண்.

பள்ளிக்கு உள்ளே சென்றதும் ஒரே கூட்டம். அருணிற்கு கூட்-டத்தைப் பார்த்ததும் ஒரே வியப்பு, இவ்வளவு மாணவர்கள் இப்பள்-ளிக்கூடத்தில் படிக்கிறார்களா! என்று. ஏனென்றால் அருண் ஐந்தாம் வகுப்புவரை ஒரு தொடக்கப் பள்ளியில்தான் படித்தான், அங்கே மாண-வர்களின் எண்ணிக்கை மிகவும் குறைவு. அருணும் அவனுடைய தந்-தையும் அங்கும் இங்கும் பள்ளி வளாகத்திற்குள் அலைந்து கொண்-டிருந்தனர், அப்போது ஒரு ஆசிரியர் அவர்களைப் பார்த்துக் கேட்டு, ஓர் அறையில் உட்கார சொன்னார். அருணும் அவனுடைய தந்தையும் அந்த அறையில் உட்கார்ந்தனர். அங்கே ஏராளமான மாணவர்கள் இருந்தார்கள், ஒரே பேச்சும் கூச்சலுமாக இருந்தது.

இரண்டு ஆசிரியர்கள் அந்த அறைக்குள் நுழைந்தனர், அந்த அறை திடீரென்று அமைதியானது. ஒரு ஆசிரியர் மாணவர்களின் பெயர்களை வாசித்தார் அதில் அருணின் பெயரும் இடம்பெற்றது, அவர்களையெல்லாம் அறை எண் பத்திற்கு போகச் சொன்னார் அந்த ஆசிரியர். மற்றொரு ஆசிரியர் அவர்களை அழைத்துக்கொண்டு அந்த அறைக்குச் சென்றார். அருண் மெதுவாக அந்த அறையின் மேலே பார்த்தான், அதில் 6-பி என ஆங்கிலத்தில் எழுதி ஒட்டப்பட்டிருந்தது. அருணின் தந்தை பள்ளியையிட்டு சென்றுவிட்டார். அனைவரும் வகுப்பிற்குள் வந்து உட்கார்ந்தனர். பின் அந்த ஆசிரியர் தன்னை அறி-முகம் செய்துகொண்டார். மாணவர்களின் பெயர்கள், அவர்களின் ஊர் மற்றும் அவர்களின் இலக்கு ஆகியவற்றை கேட்டுத் தெரிந்து கொண்-டார் அந்த ஆசிரியர். இந்திய இராணுவம் மற்றும் காவல்துறையில் சேர்வதே தன்னுடைய இலக்கு என்பதே பெரும்பாலான மாணவர்களின் பதில்களாக இருந்தது. அருணும் காவல் துறையில் சேர வேண்டும் என்றே கூறினான்.

அருணின் அருகில் மகேந்திரன் என்ற ஒரு மாணவன் இருந்தான். இருவரும் சிரித்தனர், பின் ஒருவரை ஒருவர் அறிமுகம் செய்துகொண்டு நண்பர்களாகினர். அவனே அந்தப் பள்ளியில் அருணிற்கு கிடைத்த முதல் நண்பன். நேரம் சென்றது ஒவ்வொரு ஆசிரியர்களாக வந்து தங்களை அறிமுகம் செய்து கொண்டனர்.

'சார் புக் வாங்காதவங்கள வரச் சொன்னாங்க' என்று பள்ளி பணியாளர் ஒருவர் கூறினார்.

'நேத்து வராதவங்க, புக் வாங்காதவங்க இவர் பின்னாடி போய்ப் புக்க வாங்கிட்டு வாங்க' என அந்த ஆசிரியர் கூறினார்.

'ஓ! நேத்தே ஸ்கூல் தொறந்துட்டாங்களா.........'என மனதிற்குள் நினைத்துக்கொண்டன் அருண்.

நேற்று பள்ளிக்கு வராத மாணவ, மாணவிகள் அவரின் பின்னால் சென்றனர். புத்தகம் வாங்கியதும் அதை அனைவரும் நுகர்ந்து பார்த்து மகிழ்ந்தனர், அருணும் அதையே செய்தான். வகுப்புக்குள் வந்ததும் புத்தகங்களில் அவரவர் பெயர்களை எழுதினர்.

'என்னல புக்கு இவ்ளோ பெருசா இருக்கு, இங்க பாருல இந்தப் படம் நல்லா இருக்கு' இப்படி ஒரே ஊரைச் சேர்ந்தவர்கள் அவர்களுக்குள் பேசிக்கொண்டனர்.

கால அட்டவணை, ஒவ்வொரு பாடத்திற்கும் ஒவ்வொரு ஆசிரியர் இதையெல்லாம் பார்த்ததும் அருணிற்கு வியப்பாக இருந்தது. முன்பு படித்த பள்ளியில் ஒரு வகுப்பிற்கு ஒரு ஆசிரியர், ஆனால் இங்கோ ஒவ்வொரு பாடத்திற்கும் ஒரு ஆசிரியர் எனத் தனக்குத் தானே பேசிக் கொண்டான் அருண்.

மதிய உணவு இடைவேளை மணி ஒலித்தது, அனைவரும் தங்களுடைய சாப்பாட்டு கூடைகளை தூக்கிக்கொண்டு மரத்தடிக்கு சென்றனர்.

'மதியம் சாப்பிட வீட்டுக்கு வா' என்று காலையிலே அருணின் அம்மா கூறினார். (கோவில் கொடை நடைபெறும் நாட்களில் 3வது நாள், புதன்கிழமை அன்று அனைவரும் அசைவம் செய்து சாப்பிடுவார்கள் அதனால்தான் அருணின் அம்மா மதியம் சாப்பிட வீட்டிற்கு அழைத்தார்) அதனால் அருண் யாரிடம் சென்று சொல்வது என்று தெரியாமல், யாரிடமும் சொல்லாமல் தனது முதல் நண்பன் மகேந்திரனிடம் மட்டும் கூறிவிட்டு, தனது புத்தகப்பையைத் தூக்கிக்கொண்டு தனது மிதிவண்டியில் வீட்டுக்குக் கிளம்பினான். தெருவில் அனைவரும்

மஞ்சள் நீராட்டு விழாவுக்குத் தயாராகிக்கொண்டிருந்தனர், அருண் ஒரு வழியாக வீட்டிற்கு வந்துவிட்டான்.

'ஸ்கூல் எப்டில இருக்கு?' என்று அருணின் அம்மா கேட்டார்.

'நல்லா இருக்குமா, நேத்தே ஸ்கூல தொறந்துட்டாங்க, நீங்க இன்னைக்கு தான் தொறப்பாங்கனு சொன்னிங்க?'

'செய்வா கிழம தொறக்கமாட்டாங்கனு நெனச்சேன்'

'சரி இருக்கட்டும், இன்னைக்கு எங்களுக்கு புக் குடுத்தாங்கமா' என்று தனது பாட புத்தகங்களை தனது அம்மாவிற்கு எடுத்துக் காண்பித்தான் அருண்.

'நல்லா படில' என்று புத்தகங்களை பார்த்துவிட்டு அருணின் அம்மா கூறினார்.

'சரி மா'

'யம்மா ஸ்கூலுக்கு நாளைக்கு போறேன்மா, மதியத்துக்கு அப்பறோம் லீவு போடுறேன்' என அருண் கூறினான்.

'லீவு போட்ட சத்தம் போடாப் போறாங்க'

'அதெல்லாம் ஒன்னும் சொல்லமாட்டாங்க மா'

'சரி இரு' என்று அருணின் அம்மா கூறினார்.

தெருவில் சினிமா பாடல்கள் ஒருபுறம் ஒலிக்க, நெயாண்டி மேளம் ஒருபுறம் ஒலிக்க மஞ்சள் நீராட்டு விழா நடந்து கொண்டிருந்தது. இளைஞர்கள் பல வண்ண சாயப்பொடிகளை ஒருவர் மீது ஒருவர் பூசி விளையாடிக்கொண்டிருந்தனர். அருண் சாப்பிட்டுவிட்டு தொலைக்காட்சியை பார்த்துக்கொண்டே தூங்கிவிட்டான். பின் மாலையில் எழுந்து, குளித்துவிட்டு கோவிலுக்கு சென்றான்.

'என்னல மதியம் வரல?' என அருணின் நண்பர்கள் கேட்டனர்.

'தூங்கிட்டேன்' என்று அருண் கூறிவிட்டு, சுற்றி முற்றி பார்த்தான்.

'சரி வா, கும்மி அடிக்க ஆரம்பிச்சிட்டாங்க' என்று அருணின் நண்பர்கள் கூறினர்.

'ம்ம் வாங்க, போவோம்' என்று அருண் கூறிவிட்டு நண்பர்களுடன் கோவிலை நோக்கி சென்றான்.

அருணும் அவனுடைய நண்பர்களும் கும்மி அடிப்பதை பார்ப்பதற்கு அங்குமிங்கும் இடம் தேடி அலைந்தனர். ஒரு வழியாக அவர்களுக்கு ஒரு இடமும் கிடைத்தது.

'லேய் கிச்சான் இங்க வா, இங்க இருந்து பாக்க நல்லா தெரியுது' என்று அருண் கூறினான்.

அருணும் அவனுடைய நண்பர்களும் கும்மி அடிப்பதை பார்த்து ரசித்தனர், பின் தங்களுடைய புதிய பள்ளியை பற்றியும் முதல் நாள் அனுபவங்களையும் பரிமாறிக்கொண்டனர்.

'லேய் மொளப்பாரி பின்னாடியே போவோமா?' என்று கிச்சான் கேட்-டான்.

'நான் வரலப்பா, எங்க அப்பாக்கு தெரிஞ்சா அவ்ளோதான்' என்று பயத்துடன் அருண் கூறினான்.

'சரி நீ இரு நாங்க போறோம்' என கூறிவிட்டு அருணின் நண்பர்கள் முளைப்பாரி பின்னே சென்றனர். சில நிமிடங்கள் நடைக்கு பின்னர் அவர்கள் செண்பகவல்லி அம்மன் கோவில் தெப்பக்குளத்தை அடைந்-தனர், பின் அங்கு முளைப்பாரிகளை கரைத்தனர்.

2

மோதல்

சுமதி தனது கையிலிருந்த டிவி ரிமோட்டினை தூக்கி சுவற்றின் மீது எறிந்தாள், அது சுவற்றின் மீது மோதி, சிதறிப்போனது. செய்தித்தாள் படித்துக்கொண்டிருந்த அவளுடைய தந்தை மெதுவாக செய்தித்தாளி-லிருந்து எட்டிப்பார்த்தார், பின் அப்படியே மீண்டும் செய்தித்தாளின் உள்ளே மறைந்தார், சமையலறையிலிருந்து அவளுடைய அம்மா ஏதோ சொல்லிக் கொண்டே வெளியே வந்து பார்த்துவிட்டு பின் மறுபடியும் உள்ளே சென்றார்.

'ஏன் எப்போ பாத்தாலும் இவள திட்டிகிட்டே இருக்க, இப்போதான் நம்ம புள்ள படிச்சு முடிச்சிருக்கா மெதுவாத்தான் எல்லா வேலையையும் கத்துப்பா, ஏன் எல்லா வேலையையும் பொம்பளப்பிள்ளதான் செய்ய-ணுமா? என சுமதியின் அப்பா கூற,

'எதுக்கெடுத்தாலும் சும்மா அவளுக்கே சப்போர்ட் பண்ணாதீங்க'

என அவள் அம்மா கூற, அங்கே சிறிது நேரம் ஒரு விவாத மாநாடே நடந்தது, பின் ஓய்ந்தது.

இதற்கிடையில் சுமதியின் கைபேசிக்கு அழைப்பு ஒன்று வந்தது, அவள் மெதுவாக அவளுடைய அறைக்கு சென்றாள். ஆமாம் அது அவளுடைய காதலனின் அழைப்பு தான். இவள் அழைப்பை ஏற்றதும் ஒரு காதலன் ஒரு காதலியை எவ்வாறு கொஞ்சி கூப்பிடுவானோ அவ்-வாறே அழைத்தான்.

'இன்னிக்கு நைட்டு நாம எப்போதும் சாப்பிடுற ஹோட்டலுக்கு வா' என்று சுமதியின் காதலன் கார்த்தி கூறினான், இவள் எதற்கென்று கேட்-

கும் முன், 'எங்க அப்பா எனக்கு கார் வாங்கி கொடுத்துருக்காரு அதுக்-
குத்தான் ஒரு சின்ன ட்ரீட்' என்றான் கார்த்தி. இவளும் சரி என்றாள்.
பின் இருவருக்கும் இடையில் உரையாடல் நடந்தது.

அம்மா அப்பாவிடம் என்ன சொல்வது? என்று யோசித்தாள் சுமதி.
சில நிமிடத்தில் ஒரு யோசனையும் அவளுக்கு கிடைத்தது.

மாலை 6 மணிக்கெல்லாம் சுமதி தயாராகிவிட்டாள், தனது அறை-
யிலிருந்து வெளியே வந்தாள். அவளுடைய அம்மா கேட்பதற்கு முன்
'நான் ஜெனி (சுமதியின் பள்ளி தோழி) பர்த்டேக்கு போறேன்' என்றாள்
சுமதி.

சிறிது தயக்கத்துடனே சுமதியின் பெற்றோர்கள் சம்மதம் தெரிவித்-
தனர். வீட்டிற்கு வருவதற்கு எட்டு அல்லது ஒன்பது மணி ஆகும் என
கூறிவிட்டு தனது இரு சக்கர வாகனத்தில் பறந்தாள் சுமதி.

சுமதி வீட்டிலிருந்து கிளம்ப 7 மணி ஆகிவிட்டது, ஒரு வழியாக
உணவகத்திற்கும் வந்துவிட்டாள். அங்கு அவளுடைய காதலனும்,
அவனுடைய நண்பர்களும் இருந்தனர். அனைவரும் நல்ல போதையில்
இருந்தனர், சுமதியின் காதலனும் சரியான போதையில்தான் இருந்தான்.
இவள் அவ்விடத்தை நெருங்கியதும் அவனுடைய நண்பர்கள் அங்கி-
ருந்து சென்றனர்.

சுமதிக்கு கோபம் தலைக்கேறியது, பின் அவன் மன்னிப்பு கேட்டு
ஏதேதோ கூறி அவளை கோபத்திலிருந்து சாந்தப்படுத்தினான். இருவ-
ரும் சிறிது நேரம் பேசிவிட்டு உணவு உண்டனர், மணி ஒன்பதை தாண்-
டியது.

'சரி மணி ஒன்பது ஆச்சு நான் வீட்டுக்கு போறேன், நீயும் பாத்து
வீட்டுக்கு போ' என்று சுமதி கூறினாள். கார்த்தி அவளை தடுத்து, 'வா
செல்லம் நான் உன்ன வீட்டுல விடுறேன்' என்றான்.

'நான் வண்டில வந்துருக்கேன்'

'இல்ல இல்ல நீ நைட்டு நேரத்துல தனியா போக கூடாது'

'வீடு பக்கத்துல தான இருக்கு நான் போயிருவேன்'

இப்படியே இருவருக்கிடையில் ஒரு சிறிய விவாதம் நடந்துகொண்-
டிருந்தது, சுமதி தன்னுடைய கைபேசியில் மணியை பார்த்தாள், மணி
10-ஐ நெருங்கியது.

'சரி நான் உன்ன வீட்டுல விடல நீயே போ, அட்லீஸ்ட் கார்ல என்-
னோட ஒரு ரவுண்ட் மட்டும் வா' என்றான் கார்த்தி.

இவன் விடுவதாய் தெரியவில்லை என்று மனதில் நினைத்துக்-கொண்டு 'சரி வா போவோம்' என்றாள் சுமதி.

சுமதியின் வீட்டிலிருந்து ஏற்கனவே ஐந்து முறை அழைப்பு வந்து-விட்டது, ஏதேதோ சொல்லி சமாளித்துவிட்டாள் சுமதி.

இருவரும் அவ்விடத்தைவிட்டு கிளம்பினர், இவன் இருக்கையிலி-ருந்து எழுந்திருக்கும்போது போதையில் சுமதியின் கைபேசியை கீழே தள்ளிவிட்டான், அது தரையில் விழுந்து உடைந்து போனது. இவள் கோபத்துடன் அவனை பார்த்தாள். சாரி நாளை சரிசெய்து தருகிறேன் என்றான் கார்த்தி. பின் இருவரும் காரில் ஏறினர். குடித்துவிட்டு வாகனம் ஓட்டுவதே தவறு, அதிலும் இருவருமே சீட் பெல்ட் அணிய-வில்லை.

எடுத்தவுடன் கார் அதிவேகத்தில் பறந்தது.

'மெதுவா போ' என கூறிக் கொண்டே இருந்தாள் சுமதி. சிறிது நேரத்திற்கு பின் 'சரி போதும், கார திருப்பு' என்றாள் சுமதி, அவன் கேட்பதாக இல்லை, மேலும் வேகமாகச் சென்றான்.

மணி 10-ஐ தாண்டியது, சுமதியின் அப்பா அவளுக்கு போன் செய்-தார் ஆனால் அவளுடைய போன் தான் உடைந்துவிட்டதே.

'என்னங்க என்ன ஆச்சு?' என்று பதற்றத்துடன் கேட்டார் சுமதியின் தாய்.

'ஸ்விட்ச் ஆப்ணு வருது' என்று நிதானத்துடன் கூறினார் சுமதியின் தந்தை.

'என்னங்க சொல்றிங்க'

'நீ பயப்படாத, நான் போய் பாத்துட்டு வாரேன்'

'நானும் வாரேன்'

'நீ எதுக்கு இந்நேரத்துல'

'வீட்டுல என்னால இருக்க முடியாது, நானும் வாரேன்' என்று கலங்கிய கண்களுடன் கூறினார் சுமதியின் தாய்.

இருவரும் தங்களது மகளை தேடி அவளுடைய தோழி வீட்டிற்கு கிளம்பினர்.

கார் மெதுவாக சென்று திரும்பியது, பின் மறுபடியும் வேகமாக சென்றது. 'மெதுவா போ, வேகத்த கொற, ஏன் இவ்வளவு வேகமாக போற', என்று அவனை பார்த்து கூறிவிட்டு திரும்புகையில் கார் எதன் மீதோ பயங்கரமாக மோதி பின் சாலையின் ஓரத்தில் இருந்த ஒரு மரத்-

தின் மீது மோதியது. சுமதி மயக்கமடைந்தாள்.

விபத்து நடந்த இடத்தில் யாருமில்லாத காரணத்தினால் அவர்களின் நிலைமை மிகவும் மோசமாகிக்கொண்டே போனது. இறுதியாக அவ்வ-ழியாக சென்ற யாரோ ஒருவர் அவசர ஊர்தியை அழைத்தார்.

மிகுந்த சிரமத்துடன் சுமதி கண் விழித்துப் பார்த்தாள், தான் மருத்து-வமனையில் உயிரோடு இருப்பதை உணர்ந்தாள். உடம்பெல்லாம் காயங்-கள், வலி அவளை வாட்டியது. கண்களில் கண்ணீர் அவளை அறி-யாமல் வந்துகொண்டேயிருந்தது. அப்பொழுது ஒரு மருத்துவர் மற்றும் இரண்டு செவிலியர்கள் வந்தனர்.

'என்னோட அப்பா அம்மா வந்துட்டாங்களா டாக்டர்' என்று சுமதி அழுதுகொண்டே கேட்டாள்.

சிறிது நேரத்தில் வந்து விடுவார்கள் என்று அந்த மருத்துவர் கூறி-னார். அந்த இரண்டு செவிலியர்களும் அந்த மருத்துவரைப் பார்த்தனர்.

நாங்கள் யார் மீதாவது மோதி விட்டோமா டாக்டர்? என்று பதற்றத்-துடன் வினவினாள் சுமதி.

ஆமாம் நீங்கள் ஒரு இருசக்கர வாகனம் மீது மோதி, பின் ஒரு மரத்தில் மோதிவிட்டீர்கள். இருசக்கர வாகனத்தில் வந்த இருவரும் தூக்கி வீசப்பட்டு இறந்தனர். இருசக்கர வாகனத்தை ஓட்டியவர் தலைக்-கவசம் அணிந்திருந்தார். இருந்தாலும் தூக்கி வீசியதில் யாரோ ஒரு குடிமகன் குடித்துவிட்டு தெருவில் போட்ட மதுபான பாட்டிலின் மீது விழுந்தார், அவருடைய வயிற்றில் உடைந்த பாட்டில் நுழைந்தது. வாகனத்தின் பின்னே அமர்ந்தவரும் தரையில் தூக்கி வீசப்பட்டு, தலை-யில் அடிபட்டு இறந்துவிட்டார், மற்றும் காரை ஓட்டி வந்தவரும் இறந்-துவிட்டார்' என அந்த மருத்துவர் கூறினார்.

இதைக்கேட்டதும் அவள் கதறி அழுதாள். பின் மருத்துவரிடம் 'சீக்-கிரம் என்னுடைய அப்பா அம்மாவை வரச்சொல்லுங்கள் டாக்டர் நான் அவர்களிடம் மன்னிப்பு கேட்க வேண்டும்' என்றாள் சுமதி.

சரி என்றார் அந்த மருத்துவர். மறுபடியும் அந்த இரண்டு செவிலி-யர்கள் அவரைப் பார்த்தனர்.

அழுகை சத்தம் நின்றது........சுமதி இறந்துவிட்டாள்.

ஏன் டாக்டர் அந்த பெண்ணிடம் உண்மையை கூறவில்லை? என்று அந்த இரண்டு செவிலியர்கள் கேட்டனர்.

'நீங்கள் மோதியது உங்களுடைய அப்பா அம்மா வந்த வாகனத்தின் மீது தான், அவர்கள் இறந்துவிட்டனர் என்று கூறினால் ஏற்கனவே மிகுந்த சோகத்துடன் இருக்கும் அப்பெண்ணின் மனது மேலும் அதிக-மாக துன்பப்படும் என்றுதான் கூறாமலிருந்தேன். மேலும் அப்பெண்ணின் தலையில் ஏற்பட்ட பலத்த காயம் காரணமாக அவள் இறந்து விடுவாள் என்று எனக்கு தெரியும், இறக்கும்போதும் ஏன் அதிக துன்பப்பட வேண்-டும் என்றுதான் அப்பெண்ணிடம் உண்மையை கூறவில்லை' என்று அந்த மருத்துவர் கூறினார்.

'மதுபானம் குடித்துவிட்டு வாகனங்களை இயக்கக் கூடாது, தலை-கவசம் அணிய வேண்டும், சீட் பெல்ட் அணிய வேண்டும், அதிவே-கமாக வாகனங்களை இயக்கக் கூடாதுனு நம்ம அரசாங்கம் எவ்ளோ சொன்னாலும் யாரு கேக்கா!, இப்போ பாருங்க ஒரு குடும்பமே இல்லாம போயிருச்சு, இந்த மாதிரி ஒவ்வொரு நாளும் நாம எவ்ளோ விபத்த பாக்கறோம்' என வருத்தத்துடன் அந்த மருத்துவர் கூறினார்.

நால்வரின் உடலும் பிரேத பரிசோதனை அறையில் வைக்கப்பட்டது.

3

தூக்கத்தில் வருமை

மில் வேலைக்காரர்கள், தொழிற்பேட்டையில் வேலை செய்பவர்கள் மற்-
றும் இதர வேலைகள் செய்துவிட்டு வீடு திரும்புவோர்கள் என அனை-
வரும் மில் ரோடு வழியாகத்தான் செல்வார்கள். அன்று ஞாயிற்-
றுக்கிழமை என்பதால் மில் ரோட்டில் யாருமே இல்லை, மாலையில்
நடைப்பயிற்சி செல்வோரும் சீக்கிரமாகவே அவ்விடத்தைவிட்டு சென்-
றுவிட்டனர். அந்நேரத்தில் வேகமாக சென்று கொண்டிருந்த ஒரு கார்
திடிரென்று நின்றது, காரின் முன் ஒரு சிறுவன் கிழிந்த கால் பந்தினை
கட்டி அணைத்தவாறு விழுந்து கிடந்தான். இதனைக் கண்டதும் ரோட்-
டின் இடது புறத்திலிருந்து அவனுடைய தாய் வேகமாக அவனிடம்
விரைந்தார். நல்ல வேளையாக அச்சிறுவன் மீது கார் மோதவில்லை.

காரிலிருந்து ஒரு பணக்காரர் இறங்கினார். அவரிடம் அந்த தாய்
மன்னிப்பு கேட்டார், அவர் ஏதும் பேசவில்லை, மறுபடியும் காரினுள் ஏறி
ஒரு ஓரமாக காரை நிறுத்தினார் அந்த பணக்காரர். அச்சிறுவனிடம்
அவனுடைய அம்மா ஏதோ கூறிக் கொண்டே செல்வதை பார்த்துக்-
கொண்டிருந்தார். அவ்விருவரும் ஒரு குடிசையை அடைந்தனர். அக்கு-
டிசையைச் சுற்றி மேலும் சில குடிசைகள் இருப்பதை அந்த பணக்காரர்
கவனித்தார்.

அச்சிறுவன் கையில் கிழிந்த பந்தினை வைத்துக் கொண்டு அவனு-
டைய தங்கையை அழைத்தான், அச்சிறிய குடிசையிலிருந்து ஒரு குட்டி
தேவதை வெளியே வந்தாள்.

அவனுடைய தங்கை அந்த கிழிந்த பந்தினை பார்த்ததும் ஏதோ தன் அண்ணன் வானிலிருந்து நிலவினை கொண்டு வந்தது போல் மகிழ்ச்சியடைந்தாள். பின் இருவரும் அந்த பந்தை வைத்து விளையாடினர். சற்று நேரத்திற்குப் பின் இருவரும் களைத்துப்போய் உட்கார்ந்தனர், அவர்களுடைய தாய் அவர்களை சாப்பிட அழைத்தார். கிழிந்த பந்தினை கையில் வைத்துக்கொண்டு அவ்விருவரும் குடிசையயை நோக்கி வேகமாகச் சென்றனர்.

மண்ணெண்ணெய் விளக்கு வெளிச்சத்தில் அனைவரும் சாப்பிட்டனர். விளக்கைச் சுற்றி வண்டுகள் வட்டமிட்டன, குடிசைகள் இருக்கும் பகுதியைச் சுற்றி சில மனித வண்டுகளும் வட்டமிட்டன.

அக்குடிசையிலிருந்து ஒரு பாடல் கேட்கிறது......கையில் ரேடியோ பெட்டியை வைத்துக் கொண்டு அச்சிறுவனின் தகப்பன் வெளியே வருகிறார், வெளியில் இருக்கும் கட்டிலில் தலையணையையும் போர்வையையும் போட்டுப் படுத்து விடுகிறார். அச்சிறுவனின் அம்மா சாப்பிட்ட பாத்திரங்களை வெளியில் எடுத்துப் போட்டு விலக்குகிறார். சுற்றி நிற்கும் மனித வண்டுகளை ஒரு நிமிடம் பார்த்துவிட்டு ஏதோ முனங்கிக்கொண்டே உள்ளே சென்று பாத்திரங்களை வைத்துவிட்டு, பின் ரேடியோவை அனைத்துவிட்டு அவரது குழந்தைகளுடன் அவரும் தூங்கிவிடுகிறார்.

எப்பொழுதும் பிசினஸ் பிசினஸ் என்று டென்ஷனோடு இருக்கும் அந்த பணக்காரருக்கு இந்த நிகழ்வுகளை பார்த்ததும் மனதில் சிறிது சந்தோசம் ஏற்பட்டது. பின் வீட்டிற்கு சென்று உணவு உண்ட பின் வழக்கம்போல் தூக்கத்தின் வறுமை காரணமாக மருத்துவரிடம் ஆலோசனை பெற்ற மாத்திரைகளிடமிருந்து தூக்கத்தினை கடனாகப் பெற்று தூங்கினார். இவருடைய தூக்கம் தினமும் வறுமையிலே உள்ளது.

மறுநாள் மாலையில் காரிலிருந்து இறங்கி, கையில் ஒரு புதிய பந்தினை வைத்துக்கொண்டு குடிசையை நோக்கி நடந்தார் அந்த பணக்காரர். வீட்டு வாசலின் வெளியே அச்சிறுவன் கவட்டையை (கவண்வில்) வைத்து விளையாடிக்கொண்டிருந்தான்.

'தம்பி இந்தாப்பா பந்து வச்சுக்கோ'

'ஐ! பந்து'

'யாரு சாமி நீங்க, என்ன வேணும்?' என்று தண்ணிப் பானையை சுமந்தபடி அச்சிறுவனின் தாய் கேட்டார்.

'நேத்து உங்க பையன் என் கார் முன்னாடி விழுந்தாம்ல'

'ஓ! அது நீங்கதான'

'ஆமா மா, என்னாலதான் உங்க பையனோட பந்து கிழிஞ்சிருச்சு, அதான் புது பந்து வாங்கிட்டு வந்தேன்'

'அது ஏற்கனவே கிழிஞ்ச பந்துதாமா' என சிரித்துகொண்டே அச்சிறுவன் கூறினான்.

அவரும் சிரித்துகொண்டே அச்சிறுவனிடம் பந்தினை கொடுத்தார்.

'எதுக்கு சாமி இதெல்லாம்' என அச்சிறுவனின் தாய் அந்த பணக்காரரிடம் கேட்டார்.

'இருக்கட்டும்மா' என கூறி அவர் அவ்விடத்தைவிட்டு சென்றார்.

'வாணே விளையாடுவோம்' என்று அச்சிறுவனின் தங்கை விளையாட அழைத்தாள். பின் இருவரும் விளையாடச் சென்றனர்.

'இங்க பாத்தியா புது பந்து, வா விளையாடுவோம்' என அச்சிறுவன் அக்குடிசையின் அருகில் இருக்கும் தெருவை சேர்ந்த குழந்தைகளை விளையாட அழைத்தான்.

'உங்க கூட சேரக்கூடாதுனு எங்க அம்மா சொல்லிருக்காங்க' என்று அத்தெருவை சேர்ந்த சிறுவன் ஒருவன் கூறினான்.

'ஏன்?'

'தெரில'

'சரி வா எங்க அம்மாக்கு தெரியாம விளையாடுவோம்' என்று அத்தெருவை சேர்ந்த சிறுவன் கூறினான்.

'ம்ம் சரி வா...'

அவர்கள் அனைவரும் ஒன்று சேர்ந்து விளையாட தொடங்கினர்.

அந்த பணக்காரர் வீட்டிற்கு சென்று தன் மனைவியிடம் நடந்த எல்லாவற்றையும் கூறினார். 'ஏழையாக இருந்தாலும் அவர்கள் சந்தோசமாக உள்ளனர். அவர்களுக்கு வெளியில்தான் வறுமை உள்ளே மகிழ்ச்சி. குடிசையாக இருந்தாலும் அவர்கள் அதனை மாளிகையாக கருதுகின்றனர். நம்மைக் காட்டிலும் அவர்களே சிறந்த வாழ்க்கையை வாழ்கின்றனர்' என்று தன் மனைவியிடம் அவர் கூறினார்.

பின் வழக்கம்போல் மாத்திரைகளிடமிருந்து தூக்கத்தினை கடனாகப் பெற்று தன் தூக்கத்தின் வறுமையினை போக்கிக் கொள்கிறார்.

'யம்மா இன்னைக்கு பந்து விளையாட அந்த தெரு பயன்கள கூப்ட்டேன் மா அப்போம், உங்க கூட சேரக்கூடாதுனு எங்க அம்மா சொல்-

லிருக்காங்கனு ஒருத்தன் சொன்னான்மா, எதுக்குமா நம்ம கூட சேரக்-கூடாதுனு அவங்க சொல்ராங்க?

'அந்த காலத்துல இருந்தே நம்ம கூட யாரும் சேரமாட்டாங்க சாமி, இதுல இருந்து கொஞ்சமாவது வெளியவரணும்னா படிக்கனும் சாமி, அடுத்த வருசம் உன்ன பள்ளிக்கூடம் சேத்துவிடுறேன் நல்லா படிச்சி மேல வரணும் சாமி' என்று கண்ணீருடன் அந்த தாய் கூறினார்.

4

வினை பாணம்

இரவு 11 மணி இருக்கும், அன்று வழக்கத்தைவிட அதிகமாக மது அருந்திய அவர், காரில் வீட்டிற்கு வேகமாக பறந்தார். எதிரே போலிசார் வைத்த தடுப்பை அவர் கவனிக்கவில்லை. கார் தடுப்பின் மீது வேகமாக மோதி, பின் அங்குமிங்கும் சென்று எதன் மீதோ ஏறி, பின் மீண்டும் பறந்தது, இறுதியாக அவருடைய வீட்டில் நின்றது.

குடித்துவிட்டு வாகனம் ஓட்டியதற்கு, வேகமாக ஓட்டியதற்கு மற்றும் ஒருவர் மீது காரை ஏற்றிய குற்றத்திற்காக காலையில் போலீசார் அவரை கைது செய்தனர். சில வாரங்களிலே அவர் சிறையிலிருந்து வெளியே வந்துவிட்டார்.

சில வாரங்கள் சென்றன.....

'அக்கா' என்று ஒரு வீட்டின் வாசலின் முன் ஒரு பள்ளி மாணவி நின்றாள்.

'யாருமா?'

'கனி அக்கா சொன்னாங்க'

'நான் வீட்டு வேலைக்குல ஆள் கேட்டேன்'

'அதுக்குத்தான் வந்துருக்கேன்கா'

'உன்ன பாத்தா படிக்கிற புள்ள மாதிரி இருக்கே'

'நான் பதினொன்னு படிக்கிறேன்கா, வீட்டுல கஷ்டம் அதான் ஏதா-வது வேல இருக்காணு கனி அக்காட்ட கேட்டேன்'

'சரிமா, உள்ள வா'

பதினோராம் வகுப்பு படிக்கும் மாணவி அந்த பெரிய வீட்டினுள் நுழைந்தாள். வீடு பிரம்மாண்டமாக இருந்தது, அந்த பெரிய வீட்டினுள் ஒரு பெரிய புகைப்படம் ஒன்று இருந்தது, அதில் இருந்த நபரின் பெயரின் கீழ் பார் உரிமையாளர் என்று எழுதப்பட்டிருந்தது.

'வேல அவ்வளவா இருக்காது, நீ சீக்கிரமா வேலைய முடிச்சிட்டு, வீட்டுக்கு போய் படி' என்று வீட்டின் தலைவி தேவி கூறினார்.

'சரிக்கா'

'அப்பா அம்மா என்ன பன்றாங்க மா?' என்றார் தேவி.

'அம்மாவும் அப்பாவும் சித்தாள் வேல, எங்க அப்பா அதிகமா தண்ணி அடிப்பாரு, ஒருநாள் போத அதிகமாகி ரோட்ல விழுந்து கிடந்தாரு அப்போ ஒரு கார் அவரு மேல ஏறிடுச்சு, அதுல அவரு இறந்துட்டாரு' என்று கண்ணீருடன் கூறினாள் அந்த மாணவி.

'அவரு டெய்லி குடிச்சாலும் ஏதோ நூறு இருநூறுனு கொடுப்பாரு அத வச்சி குடும்பம் எப்படியோ ஓடும், ஆனா இப்போ ரொம்ப கஷ்டமா இருக்கு. எனக்கு ஒரு தம்பி இருக்கான், வாடக வீட்டிலதான் இருக்கோம். குடும்பத்துல ரொம்ப கஷ்டம் அதான் பக்கத்து வீட்டு அக்கா கிட்ட கேட்டேன் ஏதாவது வேலை இருந்தா சொல்லுங்கனு, அவங்க உங்க வீட்ல வேல இருக்குதுன்னு சொன்னாங்க அதான் வந்தேன் கா'

'சரிமா, ஸ்கூல் முடிஞ்சதும் சாயங்காலம் மட்டும் வந்தா போதும்' என்றார் தேவி.

'சரிக்கா' என கூறிவிட்டு அந்த மாணவி தனது வேலையைய தொடங்கினாள்.

வேலை முடிந்ததும் அந்த மாணவி கண்ணீருடனும், மனவேதனையுடனும், தாங்க முடியாத துயரத்துடனும் வீட்டிற்கு சென்றாள். வீட்டிற்கு அருகில் சென்றதும் கண்ணீரை துடைத்துக்கொண்டாள்.

'வாமா, வேல எப்படி இருக்கு?' என்று அந்த மாணவியின் தாய் கேட்டார்.

'அவ்வளவா இல்லமா'

'அந்த அக்கா, அவங்க வீட்டுக்காரர் அவ்ளோதாமா. பாவம் அவங்களுக்கு கொழந்த இல்ல, அந்த அக்காவோட அம்மா, அப்பா யாரும் உயிரோட இல்ல, அவங்க மாமியார் கொஞ்ச மாசத்துக்கு முன்னாடிதான் இறந்தாங்களாம், அந்த வீட்டுக்கார அக்கா நல்லா பேசுறாங்கமா, அவங்க பேரு தேவி, ஒன்னும் பிரச்சன இல்லமா' என்று அந்த

மாணவி கூறினாள்.

'சரிமா.........உங்க அப்பா இந்நேரம் இருந்திருந்தா நீ இப்படி வேலைக்கு போற நிலம வந்துருக்குமா, பாழாப்போன சாராயத்த குடிச்சு இப்படி நம்மள நடுத்தெருவுல விட்டுட்டு போய்ட்டாரே' என கண்ணீரு டன் கூறினார் அந்த தாய்.

'அழாதமா, நான் இருக்கேன், நான் படிச்சு குடும்பத்த காப்பாத்து றேன்மா' என அந்த பிஞ்சு கண்ணீல் இருந்து கண்ணீர் வழிந்தது.

இப்படியே சில நாட்கள் சென்றன...

ஒரு நாள் வீட்டு வேலைகளை முடித்துவிட்டு அந்த மாணவி வீட் டிற்கு சென்றாள்.

இரவு 11.45 இருக்கும், தேவி தன்னுடைய கணவரின் பாருக்கு போன் செய்தார்.

'ஹலோ முருகா... அவரு கிளம்பிட்டாரா? போன் பண்ணாலும் சுவிட்ச் ஆப்னு வருது'

'அண்ணன் இன்னைக்கு சீக்கிரமே கிளம்பிட்டாரேக்கா, பத்து மணிக்கே கிளம்பிட்டாரே'

'அப்படியா! இன்னும் வீட்டுக்கு வரலையே'

'பயப்படாதீங்கக்கா, அண்ணன் வந்துருவாரு'

'சரி முருகா'

மணி 12-ஐ தாண்டியது, அப்பொழுது தேவிக்கு அழைப்பு ஒன்று வந்தது.

'ஹலோ, யாரு?'

'பார் ஓனர் வீடா?'

'ஆமா நீங்க?'

'உங்க ஹஸ்பண்டுக்கு ஆக்சிடென்ட் ஆகிடுச்சு, உங்க ஹஸ்பன்ட் காரும், மதுபானங்கள் ஏத்திட்டு வந்த லாரியும் மோதிருச்சு, உடனே இராமச்சந்திரா ஹாஸ்பிட்டலுக்கு வாங்க' என்று மருத்துவமனை பணி யாளர் ஒருவர் கூறினார்.

இதனைக் கேட்ட அடுத்த பத்து நிமிடத்திலேயே மருத்துவமனைக்குச் சென்றுவிட்டார் தேவி.

'டாக்டர் என் வீட்டுக்காரருக்கு என்ன ஆச்சு?'

'சாரி மேடம் நாங்க எவ்வளவோ ட்ரை பண்ணோம் அவர காப்பாத்த முடியல, அவரு அதிகமா குடிச்சியிருந்தாரு அதுமட்டுமில்லாம கார்ல

சீட் பெல்ட் போடாததால ஏர் பேக்கும் ஓப்பன் ஆகல, அதுனால தலைல அதிகமா அடிபட்டருச்சு.....அவரு இறந்துட்டாரு' என்று ஒரு மருத்துவர் கூறினார்.

'பாழாப்போன குடிய விடுங்க, வேற தொழில பாருங்கனு படிச்சு படிச்சு சொன்னேனே, கேட்டிங்களா! இப்படி என்ன தனியா விட்டுட்டு போய்ட்டிங்களே' என தேவி அழுது புலம்பினார்.

மறுநாள் காலையில்...

'அம்மா இங்க வாயேன்' என அவசரத்துடன் அந்த மாணவி தன் தாயை அழைத்தாள்.

'என்னமா?' என்று மாணவியின் தாய் கேட்டார்.

'இங்க பாரு' என்று தொலைக்காட்சியை நோக்கி தனது கையை நீட்டினாள் அந்த மாணவி.

முக்கிய செய்தி: காரும் மது பானங்கள் ஏற்றி வந்த லாரியும் நேருக்கு நேர் மோதியதில் பிரபல பார் உரிமையாளர் பலி, லாரி ஓட்டுநர் கைது. விபத்தில் கீழே விழுந்த மது பாட்டில்களை அப்பகுதியில் உள்ள குடிமகன்கள் எடுத்துச் சென்றனர். என தொலைக்காட்சியில் செய்தி ஓடிக்கொண்டிருந்தது.

'இவங்க வீட்டுலதாமா நான் வேல பாக்றேன், பாவம் அந்த அக்கா' என்று அந்த மாணவி வருத்தத்துடன் கூறினாள்.

'லாரிக்காரன் தண்ணிய போட்டு ஓட்டிருப்பான், இந்த குடியால எத்தன பேர் குடும்பம் நாசமா போகுது, என்னைக்குதான் விடிவுகாலம் வருமோ?' என்று அந்த மாணவியின் தாய் கூறிவிட்டு தனது வேலையை தொடர்ந்தார்.

5

வெறுங்கால்கள்

ஞாயிற்றுக்கிழமை என்றாலே ஊரில் உள்ள பெரும்பாலான இளைஞர்-களை கோவில்பட்டி வ.உ.சி அரசு ஆண்கள் மேல்நிலைப் பள்ளியில் (வீ.ஓ.சி. ஸ்கூல்) காணலாம். சிலர் கிரிக்கெட் விளையாடுவார்கள், சிலர் ஹாக்கி விளையாடுவார்கள், சிலர் கால்பந்து விளையாடுவார்கள், சிலர் கைப்பந்து விளையாடுவார்கள். சிறியவர்கள் முதல் பெரியவர்-கள்வரை மைதானத்தை சுற்றி நடைப்பயிற்சி மேற்கொள்வார்கள். சிலர் இராணுவம் மற்றும் காவல்துறை போன்ற தேர்வுகளுக்கு தங்களது உடலைத் தயார் செய்வார்கள்.

இதுமட்டும் இல்லாமல் அங்கு வரும் சில சிறுவர்கள் அங்குள்ள கொடிக்கா மரத்தில் ஏறி கொடிக்கா பறிப்பார்கள், மைதானத்தின் ஓரத்-தில் உள்ள வளைந்த வேப்பமரத்திலேறி மரக்கொரங்கு விளையாட்டு விளையாடுவார்கள். ஆன்மிக மற்றும் அரசியல் விவாதங்கள் அங்கு நடைப்பயிற்சி மேற்கொள்ளுபவர்களுக்கிடையே நடைபெறும், விளை-யாடி முடித்த சிலர் சினிமாவை பற்றி பேசுவார்கள், சிலர் தங்களது காதல் கதைகளை கூறுவார்கள். இது போன்ற பல்வேறு நிகழ்வுகள் அங்கு நடைபெறும். இந்த மைதானத்தில் பயிற்சி எடுத்த பலர் இன்று இராணுவம் மற்றும் காவல்துறையில் பணியாற்றுகின்றனர்.

எது தங்களுடைய பந்து, எது மற்றவர் பந்து என அடிக்கடி அங்கே கிரிக்கெட் விளையாடுபவர்கள் குழப்பமடையும் அளவிற்கு அங்கு அவ்-வளவு பேர் கிரிக்கெட் விளையாடுவார்கள்.

'லேய் ஒழுங்கா நான் பறிச்ச கொடிக்காவ குடுத்துரு, இல்ல அடி-வாங்குவ'

'இது நான் கீழ கிடந்து எடுத்ததுல, நீ பறிச்சது இந்தா இருக்கு பாரு'

'ஓடனே புழுவிட்டான்'

'எங்க அம்மா சத்தியமா கீழ கிடந்துதான் எடுத்தம்ல'

'லேய் நான் கஷ்டப்பட்டு மேல ஏறி பறிச்சிருக்கேன்'

'இந்தாப்பா உன் கொடிக்கா, நீயே வச்சிக்கோ'

'ஏல இங்க வா, இந்தா உனக்குள்ளது'

'வேணாம்பா நீயே வச்சிகோ'

இப்படி அங்கு பறித்த கொடிக்காவை பங்கு பிரிப்பதில் பல சண்டைகள் அங்குள்ள சிறுவர்களுக்கிடையில் ஏற்படும். இச்சிறப்பு வாய்ந்த மைதானத்திற்கு மணியும், குமாரும் எல்லா ஞாயிற்றுக்கிழமைகளிலும் விளையாட வருவார்கள். மணியும் குமாரும் ஒரே பள்ளியில் பதினொன்றாம் வகுப்பு படிக்கின்றனர். சில கல்லூரி மாணவர்களுடன் சேர்ந்து அவ்விருவரும் கால்பந்து விளையாடுவார்கள். அந்த கல்லூரி மாணவர்களும் அவ்விருவரும் ஷூ அணிந்துதான் விளையாடுவார்கள்.

ஆனால் அருகில் விளையாடும் சில சிறுவர்கள் வெறுங்கால்களில்தான் விளையாடுவார்கள். அப்படி அவர்கள் விளையாடும்பொழுது சில சமயம் காலில் அடிபட்டு ரத்தம் வரும், ஆனால் அவர்கள் அதை ஒரு பொருட்டாக எடுத்துக்கொள்ளமாட்டார்கள், விளையாடி முடித்ததும் பள்ளியின் முன் உள்ள அடிபம்பில் கால்களை கழுவிவிட்டு வீட்டிற்கு செல்வார்கள்.

ஒருநாள் குமாரும் மணியும் விளையாடிவிட்டு, ஒரு மரத்தடியில் நின்று கொண்டிருந்தனர். அப்பொழுது அங்கு ஓடிக்கொண்டிருந்த ஒரு இளைஞர் திடிரென தடுமாறி கீழே விழுந்தார். அருகில் சென்று பார்த்தால் காலில் ஒரு இன்ச் அளவிற்கு ஆணி குத்தியுள்ளது, வேதனையில் அந்த இளைஞன் துடித்துக்கொண்டிருந்தான். அங்கிருந்த ஒருவர் இளைஞனின் காலிலிருந்து ஆணியை பிடுங்கி காலில் ஈரத்துணியை கட்டினார், பின் தண்ணீர் கொடுத்தார்.

'ரன்னிங் போறவன் ஷூ போட்டு போலாம்ல, வெறுங்கால்ல போனா இப்படித்தான் ஆகும்' என்று மணி கூறினான்.

அப்பொழுது அங்கு அருகில் நின்றுகொண்டிருந்த ஒரு நபர் 'தம்பி மண் தரையில் ஷூ அணிந்து விளையாடுவதைவிட வெறுங்கால்களில் விளையாடுவது சிறப்பாக இருக்கும், கால்களும் மண் தரையும் உரசிக்-கொள்ளும்போது ஒருவித உணர்வு ஏற்படும், அந்த உணர்வு மிகவும் புனிதமாக இருக்கும்' என்று அந்த நபர் கூறிவிட்டு நடைப்பயிற்சியை தொடங்கினார். அவர் சென்றபின் அவ்விருவரும் அவருடைய கால்-களை பார்த்தனர்.

'இவரே ஷூ போட்டுத்தான் வாக்கிங் போறாரு இதுல நம்மள சொல்றாரு' என்று கூறிவிட்டு இருவரும் வீட்டிற்கு நடையை பிடித்தனர்.

இவர் ஒரு முன்னாள் இராணுவ வீரர், ஒரு வெடிகுண்டு விபத்தில் தன்னுடைய ஒரு காலினை இழந்துள்ளார் என்று அவ்விருவருக்கும் தெரியாது. மேலும் இவர் மனம் தளராமல் செயற்கையாக ஒரு காலினை பொருத்தி நன்கு பயிற்சி எடுத்து 100மீ, 200மீ மற்றும் 400மீ ஓட்டப்-பந்தயத்தில் கலந்துகொண்டு அதில் வென்று பல தங்கம் மற்றும் வெள்-ளிப்பதக்கங்களையும் வாங்கியுள்ளார். மேலும் பல்வேறு சாதனை விரு-துகளையும் இவர் பெற்றுள்ளார்.

மறுநாள் காலை 7 மணிக்கெல்லாம் குமார் பள்ளிக்கு சென்றுவிட்-டான், ஏனென்றால் இன்று அவன் பள்ளியின் விளையாட்டு விழா.

'இவ்ளோ நேரமால' என்று குமாரின் நண்பன் சரமாரி கேட்டான்'

'சாப்ட லேட் ஆகிட்டுல'

'நல்லா சாப்ட்ட'

'லேய் சரமாரி அஜய் வந்துட்டானா?'

'இன்னும் வரல.......மணி, மகேந்திரன், ரூபன், மகாராஜா இவங்-கெல்லாம் வந்துட்டாங்க'

'சரில, வா நம்ம போவோம்' என்று குமார் கூறினான்.

'இந்தா வந்துட்டான்' என்று அஜய்யை பார்த்து சரமாரி கூறினான். மூவரும் மைதானத்தை நோக்கி சென்றனர்.

'வாங்கடே' என்று மகேந்திரன் கூறினான்.

'நல்ல இடத்ததான் பிடிச்சி வச்சிருக்கிங்க' என்று அஜய் கூறினான்.

'ஆமா, அப்போதானே நல்லா தெரியும்' என்று மகாராஜா கூறி-னான்.

'என்னல நொண்டி நொண்டி வார' என்று மகாராஜாவைப் பார்த்து அஜய் கேட்டான்.

'வீட்டுல வச்சி கால்ல குண்டு ஊசி குத்திருச்சு'

'கண்ண பெடதில வச்சிருந்தியா, கீழ என்ன இருக்குனு பாத்து நடக்கணும்' என்று குமார் கூறினான்.

'எப்டியோ குத்திருச்சி'

'சரி இப்டி உக்காரு' என்றான் குமார்.

சில மணி நேரங்களுக்குப் பிறகு விளையாட்டு விழா தொடங்கியது. விழாவின் சிறப்பு விருந்தினராக மைதானத்தில் பார்த்த அந்த நபரே (மண் தரையில் ஷூ அணிந்து விளையாடுவதைவிட வெறுங்கால்களில் விளையாடுவது சிறப்பாக இருக்கும் என்று கூறிய நபர்) வந்திருந்தார். குமாரும் மணியும் ஒருவரையொருவர் பார்த்தனர். பின் பள்ளியின் தலைமையாசிரியர் அவரைப்பற்றியும் அவரது சாதனைகளைப்பற்றியும் கூறும்போது அங்கு கைதட்டல்கள் காதுகளை கிழித்தன.

மறுபடியும் குமாரும் மணியும் ஒருவரையொருவர் பார்த்தனர்.

'ச்சே அவர் யாருனு தெரியாம பேசிட்டோமே' என்று குமார் கூறினான்.

'ஆமால, முடிஞ்சதும் அவர்ட்ட போய் பேசுவோம்' என்று மணி கூறினான்.

'ம்ம்ம் சரி போய் பேசுவோம்' என்று குமார் கூறினான்.

ஒரு வழியாக விளையாட்டு விழாவும் முடிந்தது. குமார், மணி மற்றும் அவனுடைய நண்பர்கள் அனைவரும் விழா மேடையை நோக்கி சென்றனர், அங்கு ஏற்கனவே கூட்டம் அதிகமாக இருந்தது.

'ஒவ்வொருத்தரா போய் கைக்குடுங்கப்பா' என்று அங்கு இருந்த ஆசிரியர்கள் கூறினார்கள். ஆசிரியர்கள் கூறுவதை வகுப்பறையிலே கேட்கதா மாணவர்கள் மைதானத்தில் எப்படி கேட்பார்கள், கூட்டம் குறைந்தபாடில்லை. எப்படியோ குமாரும் அவனது நண்பர்களும் அவரிடம் கைக்கொடுத்துவிட்டனர். ஆனால் பேசமுடியவில்லை.

6

புதிய காடு

அந்த அழகிய காட்டை விட்டு ஒவ்வொரு விலங்குகளாக வெளியேறி, வேறொரு இருப்பிடத்தை நோக்கி சென்றன. ஒரு கட்டத்தில் காடுகள் முழுமையாக அழிந்துவிட்டதால், அங்குள்ள அனைத்து விலங்குகளும் அருகில் உள்ள காட்டிற்கு படையெடுத்தன.

தற்போது இருக்கும் காட்டை பாதுகாக்கவும், விலங்குகள் அனைத்-துக்கும் எல்லாம் கிடைக்கவும் அங்குள்ள விலங்குகள் ஒன்றாக கூடி பல்வேறு முடிவுகள் எடுத்தன. அதன்படி அனைத்து விலங்குகளுக்கும் ஒவ்வொரு பொறுப்புகள் கொடுக்கப்பட்டன.

பல வருடங்கள் கழிந்தன, இவ்வளவு வருடங்களாக அந்த காட்டி-னுள் பெரிய அளவில் பிரச்சனைகள் ஏதும் ஏற்படவில்லை. ஆனால் தற்போது அங்கு பல பிரச்சனைகள் நிலவுகின்றன. இதுவரை அக்காட்-டிற்கு தலைவர் என்று யாருமில்லை. ஒருநாள் மறுபடியும் அனைத்து விலங்குகளும் ஒன்று கூடி அக்காட்டிற்கு யானையை தலைவராக தேர்ந்தெடுத்தன. தலைவர் என்றால் சிம்மாசனத்தில் உட்கார்ந்துகொண்டு மேற்பார்வை செய்வதல்ல. அக்காட்டை பாதுகாப்பது, காட்டின் உயி-ரினங்களை பாதுகாப்பது, அனைவருக்கும் அனைத்தும் கிடைப்பதற்கு வழிவகை செய்வது இது போன்ற பல்வேறு செயல்களை களத்தில் நின்று செய்வதே அக்கட்டின் தலைவரின் பொறுப்பாகும்.

இதனை அந்த யானை தலைவர் சிறப்பாக செய்துகொண்டிருந்தார். காட்டை யாரும் அழிக்காதவண்ணம் அக்காட்டை சுற்றி வலம்வருவது, விலங்குகளின் பிரச்சனைகளை தீர்த்துவைப்பது போன்ற பல செயல்-

களை சிறப்பாக செய்தார் காட்டின் தலைவர்.

ஒருநாள் காட்டில் உள்ள அனைத்து விலங்குகளுக்கும் அறிவிப்பு ஒன்றை அறிவித்தார் காட்டின் தலைவர். அதில் 'சமீபகாலமாக இக்காட்டில் பல பிரச்சனைகள் ஏற்படுகின்றன, இதனை தடுக்கும் விதமாக ஒவ்வொரு மாத இறுதியிலும் என்னுடைய தலைமையில் குறை தீர்ப்புக் கூட்டம் நடைபெறும், உங்களுக்கு ஏதேனும் புகார்கள், குறைகள் இருந்தால் தயங்காமல் என்னிடம் வந்து முறையிடலாம்' என காட்டின் தலைவர் அறிவித்தார்.

முதல் குறை தீர்ப்பு கூட்ட நாளும் வந்தது. முதல் குறை தீர்ப்பு கூட்டத்திற்கு தலைவரிடம் நீதிகேட்டு ஒரு ஆமையும், முயலும் வந்தன.

'வணக்கம் தலைவரே' என்று ஆமையும், முயலும் கூறின.

'வணக்கம்...வாருங்கள், என்ன இருவரும் சேர்ந்து வந்துள்ளீர்கள்?' என்று தலைவர் கேட்டார்.

'எங்களுக்கென்று ஒதுக்கிய தோட்டத்தில் விளையும் உணவு பொருட்களை இந்த முயல் அண்ணன் எடுத்துக்கொள்கிறார். இதனால் எங்களுக்கு உணவு கிடைப்பதில்லை, உணவுக்காக பல கிலோமீட்டர் தூரம் செல்ல வேண்டியதாயிருக்கு தலைவரே' என்று அந்த ஆமை கூறியது.

'இந்த காட்டில் விளையும் அனைத்தையும் அனைவரும் பயன்படுத்தலாம் என்று சட்டம் சொல்கிறேதே தலைவரே, நான் செய்ததே சரி. ஆமைகளும் அந்த தோட்டத்திலிருந்து உணவை எடுத்துக்கொள்ளாட்டும், நாங்களும் உணவு தேவைக்காக அத்தோட்டத்தை பயன்படுத்திக்கொள்கிறோம்' என்று முயல் கூறியது.

சிறிய யோசனைக்கு பிறகு 'எல்லாம் சரிதான் ஒரு பந்தயம் வைத்துக்கொள்ளலாம், நீங்கள் இருவரும் சென்று அங்கே தெரியுதே அந்த சிவப்பு நிற பூவினை பறித்து வாருங்கள், விரைவாக வருபவர்கள் தோட்டத்தை முழுமையாக பயன்படுத்திக்கொள்ளலாம்' என்று தலைவர் கூறினார்.

'வேண்டாம் வேண்டாம் னு சொன்னேன் கேட்டியா, இப்போ பாரு நான் தான் ஜெயிக்க போறேன், அந்த தோட்டம் எனக்கு வர போகுது' என்று திமிராகக் கூறியது முயல்.

தலைவர் இப்படியொரு போட்டியை நடத்துவார் என்று யாரும் எதிர்பார்க்கவில்லை. அங்கு கூடி நின்றவர்களில் சிலர் ஆமைக்கு ஆதரவா-

கவும், சிலர் ஆமையை பார்த்து கிண்டலாகவும் பேசிக்கொண்டிருந்தனர்.

'எப்படியும் முயல் தான் ஜெயிக்கபோது, எதுக்கு இந்த போட்டி?'

'பாவம் ஆமை, இருக்குற தோட்டத்தையும் பறிகொடுக்க போகுது'

'முயல்தான் ஜெயிக்கும், இதுகூட தெரில இவரு இந்த காட்டோட தலைவரா? ஆளு வளர்ந்த அளவுக்கு அறிவு வளரலையே' என்று அங்கு கூடியிருந்த சில விலங்குகள் தங்களுக்குள் பேசிக்கொண்டன.

முயலும், ஆமையும் போட்டிக்கு தயாராகின. இந்த போட்டியின் முடிவை நினைத்து அந்த ஆமை மிகுந்த கவலை கொண்டது. இனி உணவிற்க்காக நெடுந்தூரம் செல்ல வேண்டுமேயென வருந்தியது. தலை-வர் தோட்டத்தை நமக்குக் கொடுப்பார் என்று நினைத்து வந்தால் இப்படி கூறிவிட்டாரேயென மனதினுள் நினைத்துக்கொண்டு போட்டிக்குச் சென்-றது ஆமை.

போட்டி தொடங்கியது, ஆமையை பார்த்துவிட்டு ஏளனமாக சிரித்-துவிட்டு முயல் ஓடத் தொடங்கியது, ஆமையும் நகர்ந்தது.

அங்கு கூடியிருந்த சிலர் ஆமையை உற்சாகப்படுத்தினர். தான் ஜெயிக்க மாட்டோம் என்று தெரிந்தும் தன்னை உற்சாகப்படுத்தியவர்-களை பார்த்து நன்றி கூறுவதுபோல் சிரித்தது ஆமை.

ஆமை பாதி தூரம் செல்லும்பொழுதே முயல் தலைவரின் அருகில் வந்துவிட்டது. அனைவரும் ஆமைக்காக காத்திருந்தனர். ஆமையும் ஒரு வழியாக பூவினை பறித்துக்கொண்டு தலைவரின் அருகில் வந்து-விட்டது.

சிலர் முயலை பாராட்டினார்கள், சிலர் ஆமையை நினைத்து பரி-தாபப்பட்டார்கள்.

'அமைதி' என்று தலைவர் கூறியதும் சத்தம் அடங்கியது. ஆமை கண்களில் கண்ணீர் வரத்தொடங்கியது.

'என்னப்பா, இந்த போட்டிய பத்தி என்ன நினைக்கிற? என்று முய-லைப் பார்த்து தலைவர் கேட்டார்.

'என்ன சொல்றது தலைவரே, எப்படியும் நான்தான் ஜெயிப்பேனு எல்லாருக்கும் தெரியும், எதுக்கு இந்த போட்டினு தான் நினைக்க தோணுது தலைவரே'

'என்ன மாதிரி ஒரு முயல் கூட போட்டிய வச்சிருந்தா அது போட்டி, நீங்க இந்த ஆம கூட போட்டிய வச்சிருக்கீங்க' என சிரித்துக்கொண்டே முயல் கூறியது.

'சரி தோட்டத்தை கொடுத்திடுவோமா' என்று தலைவர் கூறினார்.

ஆமை அங்கிருந்து நகர தொடங்கியது.

'எப்பா....ஆமையாரே!! நில்லுங்க, எங்க போறீங்க? என்று தலைவர் கூறினார்.

ஆமை கண்களில் கண்ணீருடன் நின்றது. தலைவர் தீர்ப்பை கொடுக்கப் போகிறார்.

'அனைவரும் கேட்டுக்கொள்ளுங்கள், இக்காட்டில் சில விதிமுறை-கள், சட்டங்கள் உண்டு அதை அனைவரும் பின்பற்ற வேண்டும். அனைவருக்கும் அனைத்தும் கிடைக்க வேண்டும், சம உரிமை வேண்-டும், ஏற்றத் தாழ்வு இருக்கக் கூடாது என்று நம் முன்னோர்கள் இச்சட்ட திட்டங்களை வகுத்தனர். நாம் அனைவரும் அதனை பின்பற்ற வேண்-டும், மதிக்க வேண்டும்'.

'இக்காட்டில் ஒவ்வொருவருக்கும் இட ஒதுக்கீடு கொடுக்கப்பட்டுள்-ளது, அதன் படி அனைவரும் நடக்க வேண்டும். ஆகையால் அந்த தோட்டமானது ஆமைக்கே சொந்தமானது. இனிமேல் முயல் அந்த தோட்டத்திற்கு சென்று அங்குள்ள உணவு பொருட்களை பயன்படுத்தக் கூடாது. முயலுக்கு எங்கு இடம் கொடுக்கப்பட்டுள்ளதோ, அங்கு மட்டும் சென்று உணவு பொருட்களை எடுக்க வேண்டும்'. இவ்வாறு காட்டின் தலைவர் தனது தீர்ப்பினை கூறினார்.

இவ்வாறு தலைவர் கூறியதும் கூட்டத்தில் சலசலப்பு ஏற்பட்டது.

'இது என்ன நியாயம் தலைவரே? இந்த போட்டியில் வெற்றி பெற்றது நான்தானே, அப்போ அந்த தோட்டம் எனக்குத்தானே தலைவரே' என்று முயல் கூறியது.

'சம உரிமை வேணும், அனைவருக்கும் அனைத்தும் கிடைக்கணும்னு நீங்க தானே சொன்னிங்க தலைவரே, அப்போ எல்லாரும் அந்த தோட்-டத்தைப் பயன்படுத்தலாம்ல தலைவரே' என்று சில மிருகங்கள் கூறின.

'சிறிது நேரத்திற்கு எல்லோரும் அமைதியாக இருங்கள்' என்று தலைவர் கூறினார்.

'இந்த போட்டி உங்களுக்கு முட்டாள்தனமாகத் தெரியலாம். என்னை போன்ற ஒரு முயலுடன் பந்தயம் வைத்தால்தான் அது போட்டி, ஆமை-யுடன் ஓடுவது போட்டியல்ல என்று முயல் கூறியது உங்களுக்கு நினைவு இருக்கும் என்று நம்புகிறேன். முயலுக்கு இருக்கும் திறனுக்கு அது ஆமையைவிட வேகமா சென்று, தொலைதூரத்தில் உள்ள உணவினை

தேடிக்கொள்ள முடியும், ஆனால் ஆமை அப்படியல்ல, ஆமையினால் வேகமாக செல்ல முடியாது. அதனால்தான் முயலுக்கு தொலைதூரத்திலும், ஆமைக்கு அதன் இருப்பிடத்திற்கு அருகிலும் தோட்டங்கள் ஒதுக்கப்பட்டுள்ளன. இதுவே சம உரிமை ஆகும்'.

'இதேபோல் அனைவரும் அவரவருக்கு ஒதுக்கிய இடங்களை பயன்படுத்திக்கொள்ளுங்கள். இந்த இட ஒதுக்கீடு வேண்டாம் என்று கூறுவது தவறு, அனைவரும் இதனை தயவு செய்து புரிந்துகொள்ளுங்கள்' என்று காட்டின் தலைவர் கூறினார்.

'நன்றி தலைவரே' என்று மிகுந்த மகிழ்ச்சியுடன் ஆமை அங்கிருந்து சென்றது. முயலும் வாடிய முகத்துடன் சென்றது.

'வேறு ஏதாவது புகார்கள், குறைகள் இருந்தால் கூறவும்' என்று தலைவர் கூறினார்.

'வணக்கம் தலைவரே' என்று ஒரு பன்றி கூட்டங்கள் கூறின.

'வணக்கம், உங்களுக்கு ஏதேனும் குறைகள் உள்ளதா? என தலைவர் கேட்டார்.

'ஆமாம் தலைவரே'

'கூறுங்கள்'

'எங்களுக்கு ஒதுக்கப்பட்டுள்ள இடத்தில் உணவிற்காக சென்றால் எங்களை வெள்ளை பன்றிகள் உள்ளே விடுவதற்கு மறுக்கிறார்கள் தலைவரே, இதனால் எங்களுக்கு போதிய உணவு கிடைப்பதில்லை தலைவரே' என்று அந்த பன்றிகள் கூறின.

'எதனால் உங்களை உள்ளே விட மறுக்கிறார்கள்?'

'நாங்கள் கருப்பாக இருக்கிறோம் என்று கூறி உள்ளே விட மறுக்கிறார்கள் தலைவரே'

'உள்ளே விட மறுத்த வெள்ளை பன்றிகள் வரவும்' என்று தலைவர் கூறினார்.

வெள்ளை பன்றிகள் வந்தன. 'வணக்கம் தலைவரே' என்று கூறின.

'வணக்கம்•••••••••எதற்க்காக கருப்பு பன்றிகளை உள்ளே விட மறுக்கிறீர்கள்?' என்று வெள்ளை பன்றிகளைப் பார்த்து தலைவர் வின-வினார்.

'அதுவந்து•••••••••அவர்கள் கருப்பாக உள்ளனர், அவர்களை பார்த்தாலே அருவருப்பாக உள்ளது, அதுமட்டுமில்லாமல் எங்கள் மூதா-தையர் இவர்களை அருகில் சேர்க்கக் கூடாது என்று கூறியுள்ளனர்'

என்று அந்த வெள்ளை பன்றி கூட்டங்கள் கூறின.

'இது என்ன ஒரு பைத்தியக்காரத்தனம்??? அவர்களும் நீங்களும் ஒரே இனம்தானே? உங்களுக்குள் எதற்கு நிறத்தின் அடிப்படையில் வேறுபாடு? நானும் கருப்புதான் என்னை தலைவராக ஏற்றுக்கொண்டீர்கள், ஆனால் ஏன் கருப்பு பன்றிகளை உங்களுடன் சேர்த்துக்கொள்ள மறுக்கிறீர்கள்?

'அவர்களையும் உங்களுடன் சேர்த்து கொள்ளுங்கள், இல்லையென்றால் கடுமையான விளைவுகளை சந்திக்க நேரிடும்' என்று வெள்ளை பன்றிகளை தலைவர் எச்சரித்தார்.

'வேறு ஏதேனும் புகார்கள் உள்ளதா?' என்று தலைவர் கேட்டதும், தலைவரின் அருகில் உள்ள அவரின் உதவியாளர் தலைவரின் காதில் ஏதோ முணுமுணுத்தார்.

'ஓ!! இது வேறயா! உருவக் கேலியும் நடைபெறுகிறதா?' என்று தலைவர் கூறினார்.

'உருவக் கேலி, நிறத்தின் அடிப்படையில், பிறப்பின் அடிப்படையில் யாரேனும் மற்றவர்களை சீண்டினால் அவர்கள்மீது கடுமையான நடவடிக்கை எடுக்கப்படும்' என்று கண்டிப்புடன் காட்டின தலைவர் கூறினார்.

'வேறு ஏதேனும் புகார்கள் இருந்தால் கூறவும்' என தலைவர் கேட்டதும், ஒவ்வொரு விலங்குகளும் தங்களது குறைகள், புகார்களை தலைவரிடம் தெரிவித்தனர்.

'உங்களுடைய அனைத்து குறைகளும் சரிசெய்யப்படும், மேலும் இக்காட்டில் நிலவும் பல பிரச்சனைகளுக்கு தீர்வு காண்பதற்காக ஒரு கண்காணிப்பு குழுவை நியமனம் செய்வதற்கு முடிவு செய்துள்ளேன். விரைவில் அக்குழுவின் உறுப்பினர்களை அறிவிப்பேன், அதுவரை உங்களின் குறைகள், புகார்களை என்னிடம் தெரிவிக்கலாம். இக்காட்டில் உயர்வு தாழ்வு இருக்க கூடாது, சட்டங்களை பின்பற்ற வேண்டும், மதிக்க வேண்டும் இத்துடன் இக்கூட்டம் முடிவடைகிறது' என்று கூறிவிட்டு தலைவர் குறை தீர்ப்பு கூட்டத்தை நிறைவு செய்தார்.

அனைவரும் அவ்விடத்தைவிட்டு நகரத் தொடங்கினர், ஒவ்வொருவரும் ஒவ்வொரு கருத்தை பேசியவாறே சென்றனர். ஒரு சிலரை தவிர மற்ற அனைவரும் தலைவரின் கருத்தை ஏற்றுக்கொண்டனர்.

ஆமையும் மகிழ்ச்சியாக சென்றுகொண்டிருந்தது.

'என்ன மன்னிச்சிருப்பா' என்று ஆமையை வழிமறித்து முயல் கூறியது.

'நீங்க மனம் திருந்திட்டிங்களே அதுவே போதும், எதுக்கு மன்னிப்பு' என்று ஆமை கூறிவிட்டு மீண்டும் நகர்ந்தது. முயலும் தாவித் தாவிச் சென்றது.

'நம்ம காட்டுல இவ்ளோ பிரச்சன நடக்குதா மாப்ள?' என்று ஒரு குரங்கு தனது நண்பனிடம் கேட்டது.

'ஆமா மாப்ள, இத விட இன்னும் நெறையா நடக்கு, காட்டுல என்ன நடக்கு, யாரு எப்படிப்பட்டவங்கனு தெரிஞ்சுக்கோ மாப்ள' என்று அந்த நண்பர் குரங்கு கூறியது.

'ச்சே.........., பேசாம வேற காட்டுக்கு போயிருவோமா மாப்ள?

'நீ எங்க போனாலும் ஏதாவது சொல்லி ஒடுக்கத்தான் பாப்பாங்க மாப்ள, ஒடுக்குகிறவர்கள் ஒடுக்கிட்டேதான் இருப்பாங்க, நாம தான் அத ஒடச்சி மேல வரணும்' என்று அந்த நண்பர் குரங்கு கூறிவிட்டு மரத்தின் மேலே ஏறியது.

'நான் மேல வந்துட்டேன், நீயும் சீக்கிரம் மேல வா மாப்ள' என்று அந்த நண்பர் குரங்கு கூறியது.

7

உயிர்க்குடி

சங்கர் நன்றாக படிக்கக்கூடிய பன்னிரெண்டாம் வகுப்பு மாணவன். பத்-தாம் வகுப்பு பொது தேர்வில் மாவட்ட அளவில் முதலிடம் பெற்று மாவட்ட ஆட்சித்தலைவரிடம் பாராட்டைப் பெற்றவன். இயற்பியல் பாடத்தின் மீது தீராத காதல் கொண்டுள்ளவன். தான் ஒரு விஞ்-ஞானியாக வேண்டும் என்பதில் உறுதியாக இருந்தான். தந்தை ஒரு குடிகாரர், வேலை செய்துவிட்டு அந்த பணத்தில் சாராயம் வாங்கி குடித்து விட்டு வீட்டில் சண்டையிடுவதை வாடிக்கையாக கொண்டுள்ள-வர். தாய் தொழிற்பேட்டையில் வேலை செய்கிறார், அவரது உழைப்பில்-தான் குடும்பம் ஓடுகிறது. சங்கருக்கு ஒரு தங்கை இருக்கிறாள், பெயர் அகிலா பத்தாம் வகுப்பு படிக்கிறாள்.

பத்தாம் வகுப்பில் மாவட்ட அளவில் முதலிடம் பெற்றுள்ளதால், சங்கரின் மேல்நிலை படிப்பிற்கான செலவுகளை ஒரு தனியார் பள்ளி பொறுப்பேற்று, அவனை படிக்கவைக்கிறது. அகிலா கோவில்பட்டி அரசு பெண்கள் மேல்நிலைப் பள்ளியில் படிக்கிறாள். தங்களின் வாழ்வை மாற்றக்கூடியது கல்வி என்ற உண்மையை அவர்கள் இருவரும் அறிந்-திருந்த காரணத்தினால் படிப்பின் மீது அதிக கவனம் செலுத்தி படித்-தனர். பள்ளி முடிந்ததும் வீடு, வீட்டுக்கு வந்தவுடன் படிப்பு, காலையில் மீண்டும் பள்ளி இப்படியே இருவரும் முழு கவனத்துடன் படித்தனர்.

பள்ளியில் மதியம் சாப்பிட்டவுடன் மற்ற மாணவர்கள் அனைவரும் மரத்தடிக்குச் சென்று பேசிக்கொண்டிருப்பார்கள், ஆனால் சங்கர் மட்டும் பள்ளி நூலகத்திற்கு சென்று புத்தகங்களைப் படிப்பான். பாட புத்தகங்கள்

மட்டுமில்லாமல் தலைவர்கள் வரலாறு, சுயசரிதைகள் போன்ற பல புத்-
தகங்களைப் படிப்பான்.

சங்கரை பார்த்து மற்ற மாணவர்களும் நூலகத்திற்கு சென்று, புத்த-
கங்களை வாசிக்கத் தொடங்கினர்.

'லேய் சங்கரு எப்படில டியூஷன் போகாம இவ்ளோ நல்லா படிக்க?'
என்று சங்கரின் நண்பர்கள் கேட்டனர்.

'கிளாஸ்ல நடத்துறத நல்லா கவனிச்சாலே போதும்ல, எதுக்கு டியூ-
ஷன் போய்கிட்டு, அப்டி ஏதும் டவுட்னா கிளாஸ் முடிஞ்சதும் டீச்சர்ட
கேட்டா முடிஞ்சுரும் அதான் போகல. அதுமில்லாம வீட்டுல அம்மா
சம்பளத்துலதான் எல்லாமே பண்ணனும், அப்பா காசு குடுக்கமாட்டாரு'
என்று சங்கர் கூறினான்.

'நல்லா படிடா' என்று சங்கரின் நண்பர்கள் கூறினார்கள்.

'நீங்களும் நல்லா படிங்கடா' என்று சங்கர் கூறினான்.

'லேய் இன்னைக்கு எப்படியாவது மேக்ஸ் சார் வர்றதுக்குள்ளேயும்
கிரவுண்டுக்குப் போயிருனும்ல' என்று சங்கரின் வகுப்பை சேர்ந்த மாண-
வர்கள் அவர்களுக்குள் பேசிக்கொண்டனர்.

'ஆமால இன்னைக்கு கண்டிப்பா போகணும், கிரவுண்டுக்குப் போய்
ரெண்டு மாசம் ஆச்சு'

மதிய உணவு இடைவேளை முடிந்து, வகுப்புகள் தொடங்கின.
மாலை இறுதி வகுப்பில் ஒரு வழியாக மாணவர்கள் அனைவரும் பள்ளி
மைதானத்திற்கு சென்றுவிட்டனர்.

'என்னல பீட்டி சார காணோம்? எங்க போனாரு?'

'லேய் அந்தா வாராரு'

'என்னல ரொம்ப நாள் கழிச்சு பாக்கற மாதிரி இருக்கு' என்று
உடற்கல்வி ஆசிரியர் மாணவர்களை பார்த்து கேட்டார்.

'ஆமா சார், இங்க வர்றதுக்குள்ளயும் மேக்ஸ் சார் கிளாஸ்சுக்கு வந்-
துர்றாரு, அதான் வர முடியல' என்று மாணவர்கள் கூறினார்கள்.

'சரி என்ன விளையாட போறீங்க?'

'புட்பால் சார்' என்று மாணவர்கள் கூறினார்கள்.

'சரி போய் விளையாடுங்க' என்று உடற்கல்வி ஆசிரியர் கூறினார்.

மாணவர்கள் அனைவரும் உற்சாகமாகச் சென்றனர். சில நிமிடங்க-
ளிலே இரண்டு குழுக்களாக பிரிந்து சென்று விளையாட ஆரம்பித்தனர்.
சில மாணவர்கள் மரத்தடிக்குச் சென்று பேச தொடங்கினர்.

'இப்டியே இருங்க' என்று மைதானத்திலிருந்து ஒரு மாணவன் கூறினான்.

'நீ போய் விளையாடு' என்று மரத்தடியிலிருந்து பதில் வந்தது.

'சரி வா, அவங்கபாட்டுக்கு உக்காந்துருக்காங்க' என்று சங்கர் கூறினான்.

மாணவர்கள் புழுதி பறக்க சந்தோசத்துடன் விளையாடினர், நேரம் போனதே தெரியவில்லை அதற்குள் மணி ஒலித்தது. விளையாட்டில் சங்கரின் எதிர் அணியினரே வெற்றிபெற்றனர்.

'சீக்கிரம் வாங்கல' என்று அனைவரும் கை, கால்களை கழுவிவிட்டு வகுப்பறைக்குச் சென்று புத்தகபையை தூக்கிக்கொண்டு பள்ளியை விட்டுச் சென்றனர்.

சங்கர் வீட்டிற்கு சென்று படிக்கத் தொடங்கினான். அகிலாவும் அவனுடன் சேர்ந்து படிக்கத் தொடங்கினாள். சங்கரின் அம்மா சுப்புத்தாய் சமையலை தொடங்கினார்.

'யம்மா என்ன இன்னும் அப்பா வரல? என்று அகிலா கேட்டாள்.

'எங்க தண்ணிய போட்டு விழுந்து கிடக்கோ' என்று அம்மாவிடமிருந்து பதில் வந்தது.

'ரெண்டு பேருக்கும் நாளைக்கு லீவா?', என்று சுப்புத்தாய் கேட்டார்.

'ஆமாமா' என்று இருவரிடமிருந்து பதில் வந்தது.

'சரி அப்போ எடுத்துவச்சிட்டு நாளைக்கு படிங்க' என்று சுப்புத்தாய் கூறினார்.

'நான் முடிச்சிட்டேன்பா' என்று அகிலா கூறினாள். 'ஒரு பத்து நிமிசம் மா, நானும் முடிச்சிறேன்' என சங்கர் கூறினான்.

இருவரும் தங்களின் புத்தகங்களை எடுத்துவைத்துவிட்டு, சாப்பிட தொடங்கினர்.

மறுநாள் காலையில், சங்கரின் அம்மா வேலைக்கு கிளம்பினார். அவனுடைய தந்தையும் கிளம்பினார், வேலைக்கு சென்று என்ன பயன்?. அகிலாவும், சங்கரும் படிக்கத் தொடங்கினர், தன்னுடைய பாடங்களை படித்துக்கொண்டே அகிலாவின் சந்தேகங்களையும் சங்கர் தீர்த்துவைத்தான்.

பகல் முடிந்து இருட்ட தொடங்கியது, சங்கர் கடுங்காப்பி போட்டு அகிலாவுக்கு கொடுத்துவிட்டு தானும் குடித்தான். பின் இருவரும் காலையில் படித்தவற்றை ஒருமுறை திருப்பிப் பார்த்தனர்.

'என்னணே இன்னும் அம்மாவ காணோம்?' என்று அகிலா சங்கரி-டம் கேட்டாள்.

'இன்னைக்கு சனிக்கிழமல, சம்பளம் வாங்கிட்டு வர லேட் ஆகும்' என சங்கர் கூறினான்.

மாலை கிட்டத்தட்ட 7 மணி இருக்கும், சங்கரின் அம்மா கையில் ஒரு பையுடன் வந்தார்.

'என்ன பன்றிங்க ரெண்டு பேரும்?' என்று சுப்புத்தாய் கேட்டார்.

'இப்போதான் படிச்சுமுடிச்சுட்டு டிவி பாத்துட்டு இருக்கோம்மா' என அகிலா கூறினாள்.

'என்னதுமா அது' என்று சுப்புத்தாயின் கையில் உள்ள பையைப்-பார்த்து கேட்டான் சங்கர்.

'சம்பளம் வாங்கிட்டு வரும்போது அப்படியே உங்களுக்கு ரொட்டி (பரோட்டா) வாங்கிட்டு வந்தேன். அகிலா போனவாரம் டிவில சூரி காமெடிய பாத்துட்டு ரொட்டி சாப்பிட்டு ரொம்ப நாள் ஆச்சுன்னு சொன்னா, அதான் வாங்கிட்டு வந்தேன்' என்று சங்கரின் அம்மா கூறி-னார்.

மணி 8-ஐ தாண்டியது. சங்கரின் அம்மா இருவருக்கும் ரொட்டியை தட்டில் வைத்துவிட்டு, சால்னாவை ஒரு கிண்ணத்தில் ஊற்றிக் கொடுத்-துவிட்டு, தானும் சாப்பிட அமர்ந்தார்.

'உனக்கு ரொட்டி மா?' என்று சங்கர் கேட்டான்.

'எனக்கு வேணாம்பா, காலைல பொங்குன சோறு இருக்கு அத சாப்பிடுறேன்' என்று சுப்புத்தாய் கூறினார்.

'இந்தாமா' என்று சங்கர் ரொட்டியின் ஒரு பகுதியை நீட்டினான், அகிலாவும் தனது பங்கிற்கு கொஞ்சம் கொடுத்தாள். ஆனால் இவர்க-ளுடைய கோரிக்கைகளை நிராகரித்துவிட்டார் அந்த தாய்.

சில நிமிடங்களில் சங்கரின் தந்தையும் வந்துவிட்டார். வீட்டின் உள்ளே நுழையும்பொழுது போதையில் தள்ளாடினார். வழக்கம்போல் சங்கரின் தாயை கெட்டவார்த்தையில் பேசத்தொடங்கினார். கண்ணீரு-டன் அனைத்தையும் பொறுத்துக்கொண்டு பாத்திரங்களை விலக்கிக்-கொண்டிருந்தார் சுப்புத்தாய். சங்கரின் தந்தை இன்று புதிதாக சுப்புத்தாய் வாங்கிய சம்பளத்தையும் கேட்டார். பதிலேதும் கூறாமல் தன் வேலையை செய்துகொண்டிருந்தார் சுப்புத்தாய். திடீரென சுப்புத்தாய் பாத்திரங்க-ளின் நடுவே போய்விழுந்தார், சங்கரும் அகிலாவும் வேகமாகச் சென்று

வெளியே பார்த்தபொழுது, சங்கரின் தந்தை சுப்புத்தாயை அடித்துக்-கொண்டிருந்தார்.

சங்கர் வேகமாகச் சென்று தன் தாயை அடிப்பதை நிறுத்த முயற்-சித்தான், ஆனால் அவனுடைய தந்தை அவனை கீழே தள்ளிவிட்டு அவனையும் அடிக்கத் தொடங்கினார். அக்கம் பக்கத்தினர் தடுக்க வந்-தபொழுது, அவர்களையும் கெட்டவார்த்தையில் திட்டிவிட்டு அடிப்பதை தொடர்ந்தார். இதை பார்த்த சுப்புத்தாய் வேகமாக வந்து சங்கரை அடிப்பதை தடுத்தார். வெறிபிடித்த மிருகம்போல் உடனே சுப்புத்தாயின் கழுத்தை பிடித்து வீட்டின் அருகில் இருக்கும் மின் கம்பத்தில் மோதி-னார் சங்கரின் தந்தை.

சுப்புத்தாய் கீழேவிழுந்து மயக்கமடைந்தார். தலையிலிருந்து ரத்தம் நிற்காமல் வந்துகொண்டிருந்தது. அகிலாவும் சங்கரும் அழுதுகொண்டே தாயின் அருகில் சென்றனர். பக்கத்து வீட்டுக்காரர்கள் விரைந்து சென்று சங்கரின் அம்மாவை ஒரு ஆட்டோவில் ஏற்றி கோவில்பட்டி அரசு மருத்துவமனைக்கு கொண்டுசென்றனர்.

அகிலாவை பக்கத்து வீட்டு அக்கா அவரது வீட்டுக்கு அழைத்துச் சென்றார். சங்கரும் பக்கத்து வீட்டுக்காரர்களும் மருத்துவமனையில் அவசர பிரிவிற்கு வெளியே நின்றுகொண்டிருந்தனர். தாயின் தலையி-லிருந்து ரத்தம் வந்த காட்சி சங்கரின் கண்முன்னே மீண்டும் மீண்டும் தோன்றியது, அவன் கண்களிலிருந்து கண்ணீர் நிற்காமல் வந்துகொண்-டிருந்தது. பக்கத்து வீட்டுக்காரர்கள் சங்கரை தேற்றினர்.

'இங்க வாங்க, டாக்டர் கூப்பிடுறாங்க' என்று ஒரு செவிலியர் வெளியே நின்றுகொண்டிருந்த சங்கர் மற்றும் பக்கத்து வீட்டுக்காரர்களை அழைத்தார். சங்கரும் மற்றொரு நபர் மட்டும் உள்ளே சென்றனர்.

'பயப்படுறமாதிரி ஒன்னும் இல்ல, ரெண்டு நாள் இங்க இருக்கட்டும், அடுத்து வீட்டுக்கு கூட்டிட்டுப்போங்க, தலைல ஆறு தையல் போட்-ருக்கோம், தண்ணி படாம பாத்துக்கோங்க' என்று மருத்துவர் கூறிவிட்டு அங்கிருந்து கிளம்பினார்.

'யாராவது ஒரு ஆள் மட்டும் கூட இருங்க, நைட் 11 மணிக்கு மேல ஊசி போடணும்' என்று கூறிவிட்டு செவிலியரும் அங்கிருந்து சென்று-விட்டார்.

'ரொம்ப நன்றி மாமா, நானே நைட் இங்க அம்மா கூட இருக்கேன்' என்று பக்கத்து வீட்டுக்காரர்களிடம் சங்கர் கூறினான்.

'சாப்ட்டியா டா?' என்று சங்கரிடம் ஒருவர் கேட்டார்.

'ம்ம்...நாங்க எல்லாரும் சாப்ட்டோம்' என்று சங்கர் கூறினான்.

'டேய் தம்பி, இப்போ நீ வீட்டுக்கு போயி அம்மாக்கும், உனக்கும் போர்வைய எடுத்துட்டு மறுபடியும் இங்க வந்துரு' என்று மற்றொருவர் கூறினார்.

அனைவரும் மருத்துவமனையை விட்டு கிளம்பி வீட்டிற்கு சென்-றனர். தந்தை தினமும் இப்படி குடித்துவிட்டு தாயிடம் சண்டையிடுவதை நினைத்து சங்கர் மனமுடைந்து போனான். இன்று தாயை அடித்து தலையில் தையல் போடுமளவிற்கு குடித்துவிட்டு வந்த தன் தந்தையை நினைத்து மிகுந்த வேதனையுடன் தற்கொலை செய்துகொள்ள முடிவெ-டுத்தான்.

வீட்டிலிருந்து போர்வையை எடுத்துக்கொண்டு, அகிலாவை பார்த்து-விட்டு மருத்துவமனைக்கு கண்களில் கண்ணீருடன் கிளம்பினான் சங்-கர். வீட்டில் வைத்து எழுதிய ஒரு தற்கொலை கடிதத்தையும் தன்னுடன் எடுத்துச் சென்றான். இவ்வாழ்வே வேண்டாம் என்று முடிவெடுத்துவிட்-டான்.

மருத்துவமனைக்கு சென்று தன் தாயின் மேல் போர்வையை போர்த்-திவிட்டு, அந்த தற்கொலை கடிதத்தை தாயின் அருகில் வைத்துவிட்டு அங்கிருந்து புறப்பட்டான்.

இரவு மணி 10-ஐ தாண்டியது சங்கரின் அம்மாவிற்கு நினைவு திரும்பியது, சுற்றி முற்றி பார்த்துவிட்டு அருகில் இருக்கும் நபரிடம் தன் மகன் மகளைப் பற்றி விசாரித்தார் சுப்புத்தாய்.

'உங்க பையன் கொஞ்ச நேரத்துக்கு முன்னாடிதான் இங்க இருந்து கிளம்புனான்' என்று அருகில் இருந்த நபர் கூறினார்.

இரவு 11 மணிக்கு ஊசி போடுவதற்காக செவிலியர் வந்தார்.

'என் மகன பாத்திங்களா?' என்று சங்கரின் தாய் ஊசி போடவந்த செவிலியரிடம் விசாரித்தார்.

'இங்கதாம்மா இருந்தான், வீட்டுக்கு போயிருப்பான் நீங்க பயப்புடமா தூங்குங்க, காலைல வந்துருவான்' என்று அந்த செவிலியர் கூறிவிட்டு சென்றார்.

சங்கரின் தாய்க்கு மனம் பதறியது, எப்பொழுது விடியும் என்று எதிர்பார்த்துக்கொண்டிருந்தார். அந்த நீண்ட இரவும் முடிவுக்கு வந்தது. செவிலியர் செலுத்திய ஊசியின் விளைவால் ஏற்பட்ட தூக்கத்திலிருந்து

எழுந்து, கழிப்பறைக்கு சென்று வந்து பார்த்தபொழுது படுக்கையில் ஒரு கடிதம் இருந்தது. அது மருத்துவர் எழுதியது என நினைத்து அருகில் இருக்கும் மேஜையில் வைத்தார் சங்கரின் தாய். பின் அறையின் வாசலை பார்த்தபடியே அமர்ந்திருந்தார்.

காலையில் மீண்டும் அந்த செவிலியர் வந்தார்.

'இது கட்டில்ல இருந்துச்சு' என்று மேஜையில் இருந்த கடிதத்தை அந்த செவிலியரிடம் சங்கரின் அம்மா காண்பித்தார். பின் அந்த செவிலியர் அக்கடிதத்தை எடுத்து வாசிக்கத் தொடங்கினார். கடிதத்தை பிரித்து வாசிக்கத் தொடங்கியதும் அதிர்ச்சியடைந்து சுப்புத்தாயிடம் கடிதத்தில் இருந்தவற்றை கூறினார்.

"அம்மா என்ன மன்னிச்சுரு அப்பா தினமும் குடிச்சுட்டு வந்து உன்கிட்ட சண்டபோடுறத என்னால தாங்க முடியலமா, நான் போனதுக்கு அப்பறோம் அப்பா குடிக்க மாட்டாரு நீ கவலபடாதமா, நான் குடிக்கிறதுனாலதான் என் மகன் இறந்துட்டான்னு அப்பா நினைச்சி இனி குடிக்க மாட்டாரு, அகிலவா பாத்துக்கோ அவள நல்லா படிக்கவைமா, நான் இல்லனு கவலைபடாத, நா எப்பவும் உன் கூடத்தான் இருப்பன்மா நான் போறேன்மா"

இவ்வாறு அந்த கடிதத்தில் எழுதப்பட்டிருந்தது. இதை கேட்டதும் மருத்துவமனையே அலறும் படி அந்த தாய் கதறி அழுது கொண்டிருந்தாள், அப்பொழுது ஒரு காவல் ஆய்வாளர் மற்றும் சில காவலர்கள் சுப்புத்தாயை நோக்கி வந்தனர். அவர்களுக்குப் பின்னால் தன் மகன் வருவதை கண்ட அந்த தாய் வேகமாக கீழே இறங்கி தன் மகனை கட்டியணைத்தாள்.

'எதுக்கு இப்டி ஒரு முடிவ எடுத்த?' என்று கண்ணீருடன் சங்கரிடம் கேட்டார் சுப்புத்தாய்.

'எனக்கு என்ன பன்றதுன்னே தெரிலமா, அதான் இப்டி ஒரு முடிவெடுத்துட்டேன்மா' என்று சங்கரும் அழுதுகொண்டே கூறினான்.

'இங்க பாரு தம்பி இனிமே இப்டி பண்ண கூடாது' என்று காவல் ஆய்வாளர் கூறினார்.

'என்ன சார் ஆச்சு? இவன் நேத்து நைட் எங்க போனான்?' என்று சங்கரின் தாய் காவல் ஆய்வாளரிடம் கேட்டார்.

'நாங்கள் இரவில் ரோந்து பணிக்குச் செல்லும்பொழுது உங்கள் மகன் பாலத்தின் தடுப்பு சுவரின் மீது ஏறுவதற்கு முயற்சி செய்துகொண்டிருந்தான், நாங்கள் விரைவாக அவனை தடுத்து விசாரித்ததில் நடந்த எல்லாவற்றையும் உங்கள் மகன் கூறினான். உங்கள் மகனை என் வீட்டில் ஓய்வெடுக்க வைத்துவிட்டு காலையில் உங்கள் வீட்டிற்கு சென்றோம். உங்கள் கணவரை மறுவாழ்வு மையத்திற்கு அழைத்துச்சென்று அங்கு அவரை சேர்த்துவிட்டோம். பின் உங்கள் மகனை அழைத்துக்கொண்டு இங்கு வந்தோம்'.

'நீங்கள் இனி கவலைப்பட தேவையில்லை உங்கள் கணவர் முழுமையாக குடிப்பழக்கத்திலிருந்து மீண்டுவந்துவிடுவார். ஒரு மாதத்திற்கு தேவையான அரிசி மற்றும் மளிகை பொருட்களை உங்கள் வீட்டில் வைத்துள்ளோம். தம்பி இனி இந்தமாதிரி எதும் பண்ணக் கூடாது, நல்லா படிக்கணும்' என்று கூறிவிட்டு காவல் ஆய்வாளர் மருத்துவமனையை விட்டுச் சென்றார்.

8

புதிய தொடக்கம்

கோவில்பட்டி பழைய பேருந்து நிலையத்தில் அன்று கூட்டம் கொஞ்சம் அதிகமாகவேயிருந்தது. அதுமட்டுமில்லாமல் மழை வருவதற்கான அறி-குறியும் தென்பட்டது. வேலை முடிந்து வீட்டிற்கு செல்வதற்காக பேருந்-திலிருந்து இறங்கி, தனது வாகனத்தை நோக்கிச் சென்றார் கமலா, அப்பொழுது அங்கு ஒரு கூட்டம் கூடியிருப்பதை பார்த்து அங்கு விரைந்தார்.

அங்கு ஒரு பெண் மயங்கி விழுந்து கிடப்பதையும், அருகில் ஒரு பெண் குழந்தை அழுதுகொண்டிருப்பதையும் பார்த்துக் கொண்டி-ருந்த நேரத்தில், யாரோ ஒருவர் அப்பெண்ணின் முகத்தில் தண்ணீரை தெளித்தார், பின் அப்பெண் எழுந்துவிட்டார். சுற்றி முற்றி பார்த்துவிட்டு தனது குழந்தையை அணைத்துக்கொண்டார். பின் ஒருவர் அப்பெண்-ணிடம் தேநீரை கொடுத்தார். சிலர் அப்பெண்ணிடம் பல கேள்விகளைக் கேட்டனர், ஆனால் அப்பெண் பதில் ஏதும் கூறாமல் மௌனமாக இருந்-தார். இதையெல்லாம் கமலா கவனித்துக்கொண்டிருந்தார்.

கூட்டம் கலைந்த பின் அப்பெண்ணின் அருகில் சென்று 'என்-னாச்சு, உடம்பு எதும் சரியில்லையா' என்று கமலா கேட்டார்.

அப்பெண் மறுபடியும் மௌனமாகவே இருந்தார், அப்பெண்ணின் கண்களில் இருந்து கண்ணீர் வழிந்தது, குழந்தையும் அழுதுகொண்-டேயிருந்தது. கமலாவிற்கு ஒன்றும் புரியவில்லை. ஒரு நிமிடம் அப்-பெண்ணின் தோற்றத்தை கவனித்தார் கமலா. தலை கலைந்திருந்தது, நெற்றியில் பொட்டில்லை, முகம் வாடியிருந்தது மற்றும் அருகில் ஒரு

பையும் இருந்தது. இப்பெண்ணிற்கு ஏதோ பிரச்சனையுள்ளது என்று கமலா உணர்ந்தார்.

அருகிலிருந்த தேநீர் ஆறிவிட்டதால், கமலா மறுபடியும் ஒரு கோப்பை தேநீர், ஒரு கோப்பை பால் மற்றும் ஒரு பிஸ்கட் பாக்கெட்டை வாங்கிவந்தார். அப்பெண்ணிடம் கமலா தேநீரை கொடுத்தார், முதலில் தயங்கிய அப்பெண் பின் தேநீரை வாங்கி குடித்தார், அப்பெண் அவ்வளவு வேகமாக குடிப்பதை பார்த்த கமலா அவர் எவ்வளவு பசியில் உள்ளார் என்பதை அறிந்து கொண்டார். பின் நன்கு ஆற்றிய பாலினை அக்குழந்தைக்கு கொடுத்தார் கமலா. 'பரவாயில்லை நான் கொடுக்கிறேன்' என அப்பெண் கூறி கமலா கையிலிருந்த பாலினை தனது குழந்தைக்கு கொடுத்தார்.

'யாரு நீங்க? எதுக்கு மயங்கி விழுந்தீங்க? உங்க உடம்புல எதும் பிரச்சனையா?' என்று கமலா வினவினார்.

'உடம்புல பிரச்சன எதும் இல்ல, மனசுல தான் பிரச்சன' என்று கோபம் கலந்த சோகத்துடன் அப்பெண் கூறினார்.

'நான் என் அம்மா ஊருக்கு செல்வதற்காக இங்கு வந்தேன், சில நாட்களாக சரியாக சாப்பிடவில்லை, அதனால்தான் மயங்கி விழுந்து விட்டேன்' எனக்கூறிக்கொண்டே எழுந்தார் அப்பெண்.

'உங்க உதவிக்கு நன்றி, பஸ் வந்துருச்சு நான் கிளம்புறேன்' என்று குழந்தையையும், பையையும் அப்பெண் தூக்கினார்.

'கொஞ்ச நேரம் இருங்க, உங்க பிரச்சன என்னனு சொல்லுங்க என்னால முடிஞ்சவரைக்கும் உதவி செய்யுறேன்' என கமலா கூறினார்.

'இல்ல இல்ல வேண்டாம், நான் பாத்துக்றேன்' என்று அப்பெண் சோகத்துடன் கூறினார்.

'இல்ல பரவாயில்ல நான் என்னால முடிஞ்ச ஹெல்ப்ப பன்றேன்' என கமலா அந்த குழந்தையை பார்த்தவாறே கூறினார்.

'என்னால எதுக்கு உங்களுக்கு வீண் சிரமம், நான் ஊருக்கே போறேன்'

'இதுல ஒரு சிரமமும் இல்ல, பணப்பிரச்சனையா? குடும்பப்பிரச்சனையா? எதா இருந்தாலும் சொல்லுங்க, நான் ஒரு வக்கீல்தான், என்னால முடிஞ்ச உதவிய செய்யுறேன்' என்று கமலா கனிவுடன் கூறினார்.

'ஒரு வாரத்துக்கு முன்னாடி என் வீட்டுக்காரர் இறந்துட்டாரு, என்னோட மாமனாரும் மாமியாரும் வயசானவுங்க அதான் நான் என்

அம்மா வீட்டுக்கு போறேன்' என்று அந்தப்பெண் கண்ணீரை துடைத்-
துக்கொண்டே சொன்னார். பின் பேருந்தை நோக்கி நடக்க தொடங்கி-
னார்.

'நில்லுங்க நில்லுங்க' என்று அப்பெண்ணின் பின்னாலே கமலா
சென்றார்.

'ப்ளீஸ் நான் சொல்றத கேளுங்க, உங்க பிரச்சனைய நான் தீர்த்து-
வைக்கிறேன்' என்று கமலா கூறினார்.

ஒரு வழியாக அப்பெண் கமலாவின் வேண்டுகோளை ஏற்றுக்-
கொண்டார்.

'சரி இருட்ட போகுது வீட்ல போய் பேசுவோம்' என்று தனது
வாகனத்தை நோக்கி அழைத்து சென்றார் கமலா. மூவரும் பேருந்து
நிலையத்தைவிட்டு கிளம்பினர். வானிலிருந்து சிறு சிறு தூறல்களும்
விழத் தொடங்கியது.

'பிள்ள தலைய நல்லா மூடிக்கோங்க' என்று கமலா வாகனத்தை
இயக்கியவாறே கூறினார். சில நிமிடங்களில் வீட்டிற்கும் வந்துவிட்டனர்.

வீட்டிற்கு வந்ததும் குழந்தைக்கு உணவு கொடுத்துவிட்டு தூங்க
வைத்தனர். அப்பொழுது கமலாவின் மகன் டியூஷன் முடிந்து வீட்டிற்கு
வந்தான்.

'இவந்தான் என் பையன், பேரு தமிழ்' எனக்கூறியவுடன் அப்பெண்
அப்பையனைப்பர்த்து சிரித்தார், அவனும் சிரித்தான், பின் உள்ளே
சென்றான்.

'உங்க வீட்டுக்காரு எப்போ வருவாரு?' என்று கூச்சம் கலந்த பயத்-
துடன் அப்பெண் கமலாவிடம் கேட்டார்.

'அவரு ஒரு வேல விஷயமா சென்னை வரைக்கும் போயிருக்காரு
ரெண்டு நாள் கழிச்சுத்தான் வருவாரு' என்று கமலா கூறினார்.

'ஓ! சரிக்கா'

'சரி வாங்க சாப்பிடுவோம்' என்று கமலா கூறினார்.

'இல்ல வேணாம்கா டீ குடிச்சதே இன்னும் அப்டியே மக்கா இருக்கு'
என்று அப்பெண் கூறினார்.

கமலா அப்பெண்ணை கட்டாயப்படுத்தி சாப்பிட அழைத்தார். ஒரு
வழியாக அப்பெண்ணும் சாப்பிட சம்மதம் தெரிவித்துவிட்டார். புதிதாக
பழகியவரை சாப்பிட வைப்பது என்பது எவ்வளவு பெரிய சவாலான
காரியம்.

'தமிழ் சாப்பிட வா' என்று கமலா தன் மகளை சாப்பிட அழைத்-
தார்.

சாப்பிட்டுவிட்டு அப்பெண் குழந்தையை ஒருமுறை பார்த்தார், கமலா சாப்பிட்ட பாத்திரங்களை விலக்கத் தொடங்கினார்.

எல்லா வேலையையும் முடித்துவிட்டு அப்பெண்ணின் அருகில் சென்றார் கமலா.

'கேக்குறேனு தப்பா நினைச்சிக்காதிங்க, உங்க வீட்டுக்காரர் எப்படி இறந்தாரு?' என்று அப்பெண்ணிடம் கமலா கேட்டார்.

'இதுல என்ன இருக்குக்கா.........அவரு அதிகமா சிகரெட்-ம் தண்ணியும் அடிப்பாரு அதுனாலதான் அவர் இறந்துட்டாரு. அவரு-டைய அம்மா தீப்பெட்டி ஆபீஸ்ல (தீப்பட்டி தொழிற்சாலை) வேல பாக்குறாக, அவரு அப்பா தொழிற்பேட்டை-ல வாட்ச்மேன்-ஆ இருக்-காக, எனக்கு கொழந்த பொறந்ததுல இருந்து நானும் வேலைக்கு போகல, என் வீட்டுக்காரரும் இப்போ இல்ல அதான் என்ன பன்றதுனு தெரியாம என் அம்மா வீட்டுக்கு கிளம்பிட்டேன்' என அப்பெண் கண்-ணீருடன் கூறினார்.

கமலாவின் கண்களிலும் கண்ணீர் வழிந்தது.

'நீங்க என்ன படிச்சிருக்கீங்க?' என்று கமலா கேட்டார்.

'12 வரைக்கும், அதும் முழுசா படிக்கல, வீட்ல கஷ்டம் அதுனால பள்ளிக்கூடத்த பாதியிலே நிப்பாட்டி நான் வேலைக்கு பொய்ட்டேன்' என்று வருத்தத்துடன் அப்பெண் கூறினார்.

'சரி......இனி நீங்க கவலப்படாதிங்க, நான் இருக்கேன். உங்கள ஒரு டெய்லரிங் கிளாஸ்ல சேத்து விடுறேன், அத ஒரு என்ஜிஓ தான் நடத்துறாங்க, நல்லா பழகிக்கோங்க, நானே உங்களுக்கொரு தையல் மெஷின் வாங்கித்தாறேன்' என்று ஆறுதல்தரும் விதமாகக் கமலா கூறி-னார்.

'ரொம்ப நன்றிக்கா' என்று அப்பெண் கண்ணீருடன் கூறினார்.

'எதுக்கு நன்றிலான் இருக்கட்டும்...சரி நேரமாச்சு தூங்குவோம்' என்று களைப்புடன் கமலா கூறினார்.

மறுநாள் காலையில் தையல் பயிற்சி நிலையத்தில் அப்பெண்ணை கமலா சேர்த்துவிட்டார்.

'டெய்லி ஒரு மணி நேரம் இங்க வந்து டெய்லரிங் பழகிக்கோங்க, அடுத்து நீங்களே சொந்தமா வீட்ல ஒரு கடைய போட்ருங்க, இப்போ

உங்க அம்மா வீட்டுக்கு போறீங்களா? இல்ல உங்க மாமியார் வீட்டுக்கு போறீங்களா?' என அப்பெண்ணிடம் கமலா கேட்டார்.

'நான் அம்மா வீட்டுக்கே போறேன் கா, என் மாமனார் மாமியாரே வாடக வீட்டுலதான் இருக்காக, அதுவும் சின்ன வீடுதான். ஒன்னும் பிரச்சன இல்ல, அம்மா ஊர்ல இருந்து கோவில்பட்டிக்கு 3 கிலோமீட்டர் தான்' என அப்பெண்ணிடமிருந்து பதில் வந்தது.

'ஓ! அப்டியா சரி சரி' என்றார் கமலா.

பின் கமலா அப்பெண்ணுக்கு தனது பையிலிருந்து இரண்டாயிரம் ரூபாயை எடுத்துக்கொடுத்தார். ஆனால் அப்பெண் அந்த பணத்தை வாங்க மறுத்துவிட்டார். இதனால் வலுக்கட்டாயமாக கமலா அப்பெண்ணின் கையில் பணத்தினை கொடுத்தார். வேறுவழியில்லாமல் அப்பெண்ணும் அந்த பணத்தை பெற்றுக்கொண்டார்.

'சரி வண்டில ஏறுங்க உங்க அம்மா வீட்டுல விடுறேன்' என்று தனது இருசக்கர வாகனத்தை நோக்கி நகர்ந்தார் கமலா.

'இல்லக்கா இருக்கட்டும்' என கூறி அப்பெண் வாகனத்தில் ஏறுவதற்கு தயங்கினார்.

'அட சும்மா ஏறுங்க......' என்று கூறி அப்பெண்ணின் கையைப் பிடித்துக்கொண்டு தனது வாகனத்தை நோக்கி அப்பெண்ணை அழைத்துச்சென்றார் கமலா.

'ரொம்ப நன்றிக்கா!! நீங்கச் செஞ்ச உதவிய என் வாழ்க்கைல என்னைக்கும் மறக்கமாட்டேன்' என்று தழுதழுத்த குரலில் அப்பெண் கூறினார்.

'அதெல்லாம் இருக்கட்டும்! நீங்க மொதல்ல ஏறுங்க' என்று சிரித்த முகத்துடன் கமலா கூறினார்.

அப்பெண் குழந்தையுடன் அவ்வாகனத்தில் ஏறினார், அவ்வாகனம் அப்பெண்ணின் வீட்டை நோக்கிக் கிளம்பியது. வாழ்கை முடிந்துவிட்டது என நினைத்த அப்பெண்ணிற்கு இது ஒரு புதிய தொடக்கமாகும்.

9

விபரீத விளையாட்டு

வீட்டைக் கட்டிப்பார், கல்யாணத்தை முடித்துப்பார் என்ற சொல்லுக்கு எவ்வளவு வலிமை உள்ளது என்று இவ்விரண்டு செயல்களையும் செய்து முடித்தபின்புதான் கபிலனுக்கு தெரிந்தது. கபிலன் ஒரு பொறியியல் பட்-டதாரி, கோவில்பட்டியிலிருந்து பத்து கிலோமீட்டர் தொலைவில் உள்ள ஒரு கிராமம் தான் இவனது பூர்விகம். சில தலைமுறைகளுக்குப் பின் கபிலனின் வாரிசுகளுக்கு கோவில்பட்டிதான் பூர்விகம். பல மில்லியன் வருடங்களாக எல்லோரும் இடம்பெயர்ந்து கொண்டுதான் இருக்கிறோம். இதில் என்ன பூர்விகம்.

கபிலன் ஒரு தனியார் நிறுவனத்தில் பணிபுரிகிறான், மூன்று வரு-டங்களுக்கு முன்புதான் கோவில்பட்டிக்கு வந்து சொந்தமாக வீடு கட்-டினான். அவனுடைய அப்பா ஏழு வருடங்களுக்கு முன்பே இறந்-துவிட்டார். அம்மா மற்றும் அக்காவுடன் வாழ்ந்து வந்தான், நான்கு வருடங்களுக்கு முன்புதான் அக்காவிற்கு திருமணம் நடந்தது. அக்கா-விற்கு ஒரு ஆண் குழந்தையும் உள்ளது தற்போது கணவருடன் தென்-காசியில் வசித்து வருகிறார்.

கபிலன் கல்லூரியில் படிக்கும்பொழுது தன்னுடன் படிக்கும் கவிதா என்ற பெண்மீது காதல் கொண்டான். கவிதாவும் அவன்மீது காதல் கொண்டாள். படிப்பு முடிந்தது, இவருவருக்கும் வேலையும் கிடைத்து-விட்டது. கிராமத்தில் கவிதா கஷ்டப்பட கூடாதென்று அங்கிருக்கும் தனது நிலங்களை விற்று, கபிலன் கோவில்பட்டில் வீடு ஒன்றைக் கட்டி-னான். அடுத்து திருமணம்தான். அதில் ஒரு சிக்கலும் ஏற்பட்டது, மனி-

தன் ஏற்படுத்திய பிழைகளில் ஒன்றான சாதி எனும் பிழை அவர்கள் திருமணத்திற்கு குறுக்கே நின்றது.

பல போராட்டங்களுக்குப் பிறகு இருவர் வீட்டின் சம்மதத்துடன் திருமணமும் நடந்து முடிந்தது. திருமணம் முடிந்து மூன்று மாதங்கள் ஆகின. இந்த மூன்று மாத திருமண வாழ்கை நன்றாகப் போய்க்கொண்-டிருந்தது. பல கஷ்டங்களுக்குப் பிறகு கபிலன் தற்பொழுதுதான் வாழ்-வில் நிம்மதியுடன் இருக்கிறான். ஒருநாள் வேலை முடிந்து வீட்டிற்கு வந்த அவனுக்கு ஒரு மகிழ்ச்சியான செய்தி காத்துக்கொண்டிருந்தது. அது கவிதா கர்ப்பமாக இருக்கிறாள் என்ற செய்திதான்.

கபிலனுக்கு கண்களில் கண்ணீர் பெருக்கெடுத்தது, மகிழ்ச்சியில் தன் மனைவியை தூக்கியேவிட்டான்.

'ஏல கீழ இறக்குல வகுத்துப்பிள்ளக்காரிய தூக்கிக்கிட்டு' என்று கபி-லனின் தாய் கபிலனை கண்டித்தார்.

கபிலன் கவிதாவை கீழே இறக்கிவிட்டு, தனது நண்பர்களுக்கு இந்த மகிழ்ச்சியான செய்தியை கைபேசி வாயிலாகக் கூறினான். அன்றிரவு அவன் தூங்கவே இல்லை, கவிதாவையும் தூங்கவிடவில்லை. குழந்-தையை எப்படி வளர்க்கணும், எந்தப் பள்ளியில் சேர்க்கணும் என்று பேசிக்கொண்டே போனான், ஆனால் பாவம் கபிலன், கவிதா தூங்கி பல மணி நேரம் ஆகிவிட்டது.

இப்படியே சில மாதங்கள் சென்றன, பனிக்காலம் முடிந்து கோடை-காலம் தொடங்கியது. ஒருநாள் இரவில் வெப்பம் வழக்கத்தைவிட அதி-கமா இருந்தது, 'மாமா ரொம்ப வெக்கையா இருக்கு' என்று கவிதா கூறினாள். கபிலன் வீட்டின் ஜன்னல்களைத் திறந்தான், வெப்பம் சற்று தணிந்தது. அன்றிரவு கபிலன் தூங்கவேயில்லை, தன் மனைவிக்காக ஒரு ஏசி வாங்கவேண்டுமென்று முடிவு செய்தான்.

மறுநாள் கபிலனுக்கு ஒரு விபரீத எண்ணம் தோன்றியது, பலமுறை விளம்பரங்களில் பார்த்த ஆன்லைன் விளையாட்டு நியாபகம் வந்தது, உடனே அதனை அவன் விளையாடவும் ஆரம்பித்தான். முதலில் விளையாட்டில் ஜெயிக்க தொடங்கிய அவன் போகப் போகத் தோற்க ஆரம்பித்தான். தோற்ற பணத்தை எப்படியாவது மீட்க வேண்டும் என்று வட்டிக்கு கடன் வாங்கி விளையாடினான். கடன் அதிகமானது, இதனு-டன் கவலையும் பயமும் சேர்ந்து அதிகமானது.

சில வாரங்கள் சென்றன, அன்றைக்கு கவிதாவிற்கு வளைகாப்பு நடந்தது. கண்களில் கண்ணீருடன் கவிதா தனது தாயின் வீட்டிற்கு கிளம்பினாள். கபிலனின் கண்களிலும் கண்ணீர்த்துளிகள் எட்டிப்-பார்த்தன. ஏற்கெனவே துன்பக்கடலில் தத்தளித்த கபிலனுக்கு இப்பிரிவு புயல் போல் அவனைத் தாக்கியது.

கவிதாவின் வீடும் கோவில்பட்டியில் உள்ளதால், கபிலன் தினமும் வேலை முடிந்தவுடன் கவிதாவின் வீட்டிற்கு சென்று, அவளைப் பார்த்-துவிட்டு, சிறிது நேரம் பேசிய பிறகே அவனுடைய வீட்டிற்கு செல்வான். இது கபிலனுக்கு சிறிது நிம்மதியை அளித்தது.

சித்திரை முதல் நாள் அன்று, மாலை தீர்த்தம் பார்ப்பதற்கு அனை-வரும் கோவில்பட்டி செண்பகவல்லி அம்மன் கோவிலுக்குச் சென்றனர். கபிலனின் நண்பன் சலீம் கபிலனுக்கு பல முறை அலைபேசியில் அழைத்தும் கபிலன் அழைப்பை ஏற்கவில்லை. இதனால் நேராக கபி-லனின் வீட்டிற்கே சென்றுவிட்டான் சலீம்.

அதே நேரத்தில் கவிதாவிற்கு பிரசவவலியும் வந்தது. கவிதாவை கோவில்பட்டி அரசு மருத்துவமனைக்கு அழைத்துச் சென்றனர். மருத்-துவமனைக்கு போகும் வழியில் 'அவருக்கு போன் பண்ணுங்க, அவர சீக்கிரம் வரச்சொல்லுங்க' என்று வேதனையுடன் கவிதா கூறினாள். கவிதாவின் தந்தை கபிலனுக்கு போன் செய்தார் ஆனால் கபிலன் எடுக்கவில்லை. ஒரு வழியாக அவர்கள் மருத்துவமனைக்கும் வந்து-விட்டனர்.

கவிதாவை பிரசவ அறைக்குள் அழைத்துச் சென்றனர். கவிதாவின் அப்பா, தம்பி என சிலர் பிரசவ அறைக்கு வெளியே பதற்றத்துடன் காத்துக்கொண்டிருந்தனர். கவிதாவின் அம்மா மட்டும் கவிதாவுடன் உள்ளே சென்றார். அதேவேளையில் கவிதாவின் தந்தை கபிலனுக்கு பலமுறை போன் செய்தார் ஆனால் கபிலன் எடுக்கவில்லை. சிறிது நேரத்திற்கு பிறகு குழந்தை அழும் சத்தம் கேட்டது. குழந்தை சுகப்பிரச-வத்தில் பிறந்தது அதுவும் பெண் குழந்தை, அனைவரும் மகிழ்ச்சியுடன் குழந்தையைப் பார்த்தனர்.

'கபிலன் இன்னும் வரலப்பா, அவருக்கு போன் பண்ணிங்களாப்பா' என்று கவிதா அழுதுகொண்டே தன் தந்தையிடம் கேட்டாள்.

'அவருக்கு பல தடவ போன் பண்ணிட்டேன் எடுக்க மாட்டிக்காரும, கோவிலுக்கு போயிருக்காரோ என்னமோ' என்று கவிதாவின் தந்தை

கூறினார்.

'எங்க போனாலும் வீட்டுக்கு வந்து பாத்துட்டுதானே போவாரு, இன்-னைக்கு வரவே இல்லையேப்பா' என்று கவிதா கூறினாள்.

'நான் வீட்டுல போய் பாத்துட்டு வாறேன் மா' என்று தனது இரு-சக்கர வாகனத்தை எடுத்துக்கொண்டு கவிதாவின் தந்தை அங்கிருந்து கிளம்பினார்.

கவிதாவின் தந்தை மருத்துவமனையைவிட்டு செல்லும்பொழுது அவசர பிரிவிற்குள் கபிலனை கொண்டுசெல்வதை பார்த்தார். பின் இவரும் பதற்றத்துடன் பின்னாலே சென்றார். கபிலனின் நண்பன் சலீ-மிடம் விசாரித்ததில், கபிலன் எலி மருந்தை குடித்துவிட்டான்னென்று சலீம் கூறினான். கவிதாவின் அப்பாவிற்கு ஒரு நிமிடம் தூக்கிவாரிப்-போட்டது. ஏன்? என்னாச்சு? என்று சலீமிடம் வினவினார்.

'அதான் தெரியல சார், திருவிழா பாக்க போகலாம்னு அவனுக்கு போன் பண்ணேன், அவன் போன எடுக்கவேயில்ல, அதான் கபிலன் வீட்டுக்குப் போனேன். அங்க அவன் கீழ படுத்திருந்தான், ஏதோ உளறிட்டு இருந்தான் பக்கத்துல எலிமருந்து பாட்டில் இருந்தது, அவனோட சட்டையிலும் கொஞ்சம் கொட்டிருந்துச்சு. உடனே அவன இங்க கொண்டுவந்துட்டேன். அவனோட அம்மாவும் வீட்டுல இல்ல, கபிலன் அக்காவ பாக்க தென்காசி வரைக்கும் போயிருக்காங்க' என்று சலீம் வேகவேகமாக கவிதாவின் தந்தையிடம் கூறினான்.

கவிதாவின் தந்தையின் முகம் அதிர்ச்சியில் உறைந்தது, முகம் உறைந்தாலும் கண்களில் கண்ணீர் வந்தது அவரை அறியாமல்.

'நீங்க எப்படி இங்க வந்திங்க சார்? உங்களுக்கு யார் சொன்னாங்க?' என்று சலீம் கேட்டான்.

'என் மகளுக்கு பிரசவ வலி வந்தது அதான் இங்க வந்தோம், நல்-லபடியா அவளுக்கு ஒரு பெண் குழந்த பிறந்திருக்கா, மாப்பிளைக்கு போன் பண்ணேன் அவரு எடுக்கவேயில்ல, அதான் வீட்டுக்கு போய் பாக்கலாம்னு கிளம்புனேன், இப்போ அவர இப்டி பாக்றேன்' என்று கண்ணீருடன் கூறினார்.

ஒரு மருத்துவர் அவசர பிரிவு அறையிலிருந்து வெளியே வந்து 'எல்லா எலி மருந்தையும் வெளில எடுத்துட்டோம் இனி பயப்படறதுக்கு ஒன்னும்மில்ல' எனக் கூறினார்.

மருத்துவர் கூறியதை கேட்டபின்தான் இருவருக்கும் சற்று நிம்மதி-
யாக இருந்தது, பின் இருவரும் உள்ளே சென்றனர்.

'என்னல இப்டி பண்ணிட்ட' என்று சலீம் கபிலனை பார்த்துக் கேட்-
டான். பின் 'சார் இருங்க டீ வாங்கிட்டு வாறேன்' என்று கூறிவிட்டு
சலீம் டீ வாங்குவதற்குச் சென்றான்.

'என்ன மாப்ள இப்படி பண்ணிட்டிங்க, உங்கள நம்பித்தான் என்
பொண்ண உங்ககூட அனுப்புனேன்' என்று கவிதாவின் தந்தை கண்-
களில் கண்ணீருடன் கூறினார். பின் 'உங்களுக்கு பொம்பள பிள்ள
பொறந்துருக்கு மாப்ள' என்று மகிழ்ச்சியுடன் கூறினார். கபிலன் முகத்-
தில் மகிழ்ச்சி பொங்கியது.

'எப்போ மாமா?' என்று கபிலன் தன் மாமனாரிடம் கேட்டான்.

'கொஞ்ச நேரத்துக்கு முன்னாடிதான் மாப்ள, சுகப்பிரசவம் தான்'
என மாமனாரிடமிருந்து பதில் வந்தது.

'என்ன மன்னிச்சுருங்க மாமா நான் ஆன்லைன் கேம்ல காசு
வரும்னு அத விளையாண்டன், ஆரம்பத்துல நல்லாதான் இருந்துச்சு,
போகப் போக நான் தோத்துட்டே இருந்தேன், விட்ட பணத்த புடிக்-
கனும்னு வட்டிக்கு வாங்கி விளையாண்டேன், ஆனாலும் தோத்துட்டே
இருந்தேன். கடன்காரங்க தொல்ல அதிகமா இருந்துச்சு, என்ன பன்ற-
துனு தெரில, பைத்தியம் புடிக்கிறமாதிரி இருந்துச்சு, அதான் எலி மருந்த
குடிச்சுட்டேன்' என்று தான் செய்த முட்டாள்தனத்தை தன் மாமனாரிடம்
கபிலன் கூறினான்.

'எவ்ளோ மாப்ள கடன்?'

'கிட்டத்தட்ட 4 இலச்சம் இருக்கும் மாமா'

'ஒரு வார்த்த என்கிட்ட சொன்னா நான் ஏற்பாடு செஞ்சிருப்பம்ல
மாப்ள, எதுக்கு மாப்ள இந்த விபரீத விளையாட்டு? என்று கவிதாவின்
தந்தை வருத்தத்துடன் கூறினார்.

'சரி.........விடுங்க மாப்ள, பணத்த பத்தி நீங்க கவலப்படாதீங்க
அத நான் பாத்துகிறேன், இனிமேல் நீங்க இந்த மாதிரி விபரீத விளை-
யாட்டுகள விளையாடாதீங்க' என தனது மருமகனுக்கு நம்பிக்கையளித்-
தார்.

'சார் இந்தாங்க டீ' என்று சலீம் டியினை கொடுத்தான்.

'என்ன தம்பி இது, நான் தான் பேத்தி பொறந்ததுக்கு ஏதாவது
வாங்கி கொடுக்கணும், நீங்க போய் டீ வாங்கிட்டு வந்துருக்கீங்க' என

சிரித்துக்கொண்டே கவிதாவின் தந்தை கூறினார்.

'மாப்ள நான் போய் டாக்டர்ட்ட பேசிட்டு வாறேன், நாம குழந்தைய பாக்க போவோம்' என கவிதாவின் தந்தை ஆர்வமுடன் கூறினார். மருத்துவரும் இதற்கு சம்மதம் தெரிவித்தார்.

'மாமா இந்த விஷயம் கவிதாவுக்கு தெரிய வேண்டாம், பிறகு சொல்லுவோம்' என்று கூறியவாறே கபிலன் எழுந்தான்.

மூவரும் பிரசவ அறையை நோக்கி நடந்தனர்.

10

உயிரைக் காத்த காவல்துறை

கடலின் நடுவேயுள்ள பாறையின் மேல் அமர்ந்து விவேகானந்தர் தியா-னம் செய்த கன்னியாகுமரி மாவட்டத்தில் பிறந்த ஐ.பி.எஸ் அதிகாரி சைலேந்திர பாபு அவர்கள் இன்று தமிழக இளைஞர்களின் விவேகா-னந்தராகத் திகழ்கிறார். காவல் துறையில் உயர் பதவியில் பணியாற்-றிவரும் இவர், செய்த சாதனைகள் பல, உடலளவிலும் மனதளவிலும் மிகவும் வலிமையுடையவர். கல்வி, ஒழுக்கம், உடலாரோக்கியம், வாழ்-வில் முன்னேறுவதற்கான சிந்தனைகள் இவற்றைப் பற்றி மாணவர்க-ளுக்கு கூறிக்கொண்டே இருப்பவர். இப்படி இவரைப் பற்றி, இவர் செய்த சாதனைகளைப் பற்றிக் கூறிக்கொண்டே போகலாம்.

அன்று காலை நான்கு மணிக்கு எழுந்து சரியாக ஐந்து மணியளவில் திருநெல்வேலியிலிருந்து-சென்னைக்கு தனது குழுவுடன் சைக்கிளில் தன்னுடைய இனிமையான பயணத்தைத் தொடங்கினார் ஐ.பி.எஸ் அதி-காரி சைலேந்திர பாபு. அந்த அருமையான காலை வேளையில் அவர்-கள் அனைவரும் உற்சாகத்துடன் கிளம்பினர்.

'புதுப்பெண் வெட்கப்படுவதைப் போல் மெல்ல மெல்ல காலைக் கதிரவன் மேலே வந்தார், பறவைகள் தங்களது இனிமையான குரல் ஓசைகளுடன் சூரியனை வரவேற்றன, இனிமையான காலைக்காற்றும் ஞாயிற்றை வரவேற்றது'

இவையனைத்தையும் காணவேண்டுமெனில் அதிகாலையில் எழ வேண்டும் அப்பொழுதுதான் இந்த இன்பத்தை அனுபவிக்க முடியும். இவையனைத்தையும் ரசித்தபடியே ஜெ.பி.எஸ். அதிகாரி சைலேந்திர பாபுவும், அவரது குழுவினரும் சைக்கிளில் சென்றனர்.

இவையனைத்தும் இயற்கையன்னை கொடுக்கும் உற்சாகம், அதிகா-லையில் எழுந்தால் மட்டுமே இந்த உற்சாகத்தை நாம் பெற முடியும், அப்படி இதனைப் பெற்றுவிட்டால் அன்றைய தினம் மிகச்சிறப்பாக அமையும்.

இயற்கையன்னை கொடுத்த உற்சாகத்தில் விரைந்து சென்ற அவர்-கள், ஒரு கிராமத்திற்கு அருகில் சென்றுகொண்டிருக்கும்பொழுது திடீ-ரென்று நின்றார்கள். சாலையின் இருபுறங்களிலும் வயல்கள், அவ்வ-யல்களுக்கு அருகில் மரங்கள், மரங்களுக்கு மேலே பறவைகள் எழுப்பும் கானம், பசுமை மனம் மற்றும் தோள்களில் மண்வெட்டியை சுமந்தபடி விவசாயிகள் வயல்வெளிகளில் நடந்து வரும் காட்சி, இந்த பேரழகை பார்த்துவிட்டு மேலும் தங்களது பயணத்தை அவர்கள் தொடர்ந்தனர். மணி 6-ஐ தாண்டியது, ஒரு தேநீர் கடையில் நின்று தேநீர் அருந்திய-பின் மீண்டும் தங்களது பயணத்தை தொடர்ந்தனர்.

திருநெல்வேலியிலிருந்து கிளம்பிய அவர்கள் தற்பொழுது தாமிரப-ரணி ஆற்றுக்கு வந்துவிட்டனர். அங்கு நின்று பொதிகை மலையி-லிருந்து உற்பத்தியாகி பல கிராமங்களின் வழியாகப் பாய்கின்ற தாமி-ரபரணியாற்றின் இரம்மியமான காட்சியை பார்த்துக்கொண்டிருந்தனர். அப்பொழுது அவர்களை கடந்து சென்ற ஒரு இருசக்கர வாகனம் நிலைதடுமாறி பாலத்தின் தடுப்பு சுவற்றில் மோதியது. அதிலிருந்தவர் ஆற்றில் தூக்கி வீசப்பட்டார்.

இதனைப்பார்த்த சைலேந்திர பாபு அவர்கள் சற்றும் யோசிக்காமல் அவரும் ஆற்றில் குதித்தார், அவரைத்தொடர்ந்து அவருடன் வந்திருந்த மற்ற மூன்று காவலர்களும் குதித்தனர்.

கடலில் ஒரு முறை 6 கிலோமீட்டர் வரையிலும், மற்றொரு முறை 36 கிலோமீட்டர் வரையிலும் நீந்தியுள்ள அவருக்கு இந்த ஆற்றில் நீந்-துவது அவ்வளவு கடினமாக இல்லை, விரைவாக அவர்கள் கரையை அடைந்தார்கள்.

அப்பகுதியில் இருந்த சிலர் அவர்களுக்கு உதவி செய்தனர். ஆற்-றின் கரையிலிருந்து சாலையின் ஓரத்திற்கு அவர்கள் சென்றனர். ஆற்-

 றில் குதித்த அனைவருக்கும் சிறு காயங்களே ஏற்பட்டன, யாருக்கும் பெரிதளவில் காயங்கள் ஏதும் ஏற்படவில்லை.

சில நிமிடங்களுக்குப் பிறகு 'சார் ரொம்ப நன்றி சார், கடவுள் மாதிரி வந்து என்ன காப்பாத்துணிங்க சார்' என்று ஆற்றில் விழுந்தவர் கூறி-னார்.

'எதுக்கு தம்பி இவ்ளோ வேகமா போறீங்க, அதிவேக பயணம் ஆபத்தில் முடியும்னு தெரியாதா? தலைல ஹெல்மெட்டும் போடல தலைக்கவசம் உயிர்கவசம்னு தெரியாத தம்பி?' என்று ஐ.பி.எஸ் அதி-காரி சைலேந்திர பாபு கூறினார்.

'சார் என் வீட்டுக்காரிக்கு பிரசவ வலி வந்துச்சு, அதான் பக்கத்துல ஆட்டோ புடிச்சுட்டு வரலாம்னு வந்தேன் அதுக்குள்ளயும் இப்படி ஆயி-ருச்சு சார்' என்று கலக்கத்துடன் ஆற்றில் விழுந்த நபர் கூறினார்.

'சரி யாராவது ஆட்டோ புடிச்சிட்டு வாங்க' என ஒருவர் கூறினார்.

சில நிமிடங்களில் ஆட்டோவும் வந்தது, அந்த நபர் அதிலேறி சென்றார்.

பின் அனைவரும் அவ்விடத்தைவிட்டு கிளம்பினர். ஆற்றில் விழுந்த நபர் அவரின் வீட்டிற்கு சென்றுவிட்டார். அங்கு அவரின் தந்தை, தம்பி, மற்றும் சில பக்கத்து வீட்டுக்காரர்கள் இருந்தனர்.

'என்னல ஒரு ஆட்டோவ புடிச்சுட்டு வர்றதுக்கு இவ்ளோ நேரமா? ஆமா வண்டில தான போன வண்டிய எங்க? என ஆற்றில் விழுந்த நபரிடம் அவரின் தந்தை கேட்டார்.

அந்த நபர் ஆட்டோவிலிருந்து கீழே இறங்கியதும், அவரது உடலில் காயம் இருப்பதைக்கண்டு அவரின் தந்தை பதறிப்போனார்.

'என்னல ஆச்சு? உடம்பெல்லாம் ஈரமா இருக்கு, ரத்தம் வருது' என அவரின் தந்தை விசாரித்தார்.

'ஆட்டோ பிடிக்க போகும்போது பாலத்துல இருந்து கீழ விழுந்-துட்டேன் பா......அவ்ளோதான் நான் செத்துட்டேன்னு நெனச்சேன், அப்போதான் கடவுள் மாதிரி ஒருத்தர் வந்து காப்பாத்துனாரு, கரைக்கு வந்து பாத்தா அது சைலேந்திர பாபு சாரு.........அவர் மட்டும் இல்-லனா இந்நேரம் இங்க இருந்திருக்க மாட்டேன்' என ஒரு நிமிடத்தில் நடந்த எல்லாவற்றையும் தனது தந்தையிடம் கூறினார் அந்த நபர்.

'சரி நந்தினிய வரச்சொல்லுங்க ஆஸ்பத்திரிக்கு போவோம்' என்று அந்த நபர் கூறிவிட்டு வீட்டை நோக்கிச் சென்றார்.

அனைவரும் மருத்துவமனைக்கு சென்றனர். நந்தினிக்கு நல்லபடி-யாக ஒரு பெண் குழந்தையும் பிறந்தது. ஆற்றில் விழுந்த நபர் காயங்க-ளுக்கு மருந்து போட்டுவிட்டு பின் தன் குழந்தையை பார்க்கச்சென்றார்.

'உங்க அப்பாவ பாருமா, எப்படி ஆத்துல விழுந்து எந்திருச்சு வந்-துருக்கான்னு' என்று அருகில் இருந்தவர்கள் கூறினர். கண்களில் கண்-ணீருடன் அந்த நபர் தன் குழந்தையை பார்த்தார். பின் பாலத்தில் இருக்கும் தனது இருசக்கர வாகனத்தை எடுப்பதற்காக தனது நண்ப-ருடன் விபத்து நடந்த இடத்திற்கு சென்றார். வாகனத்திற்கு பெரிதள-வில் சேதம் ஏதும் ஏற்படவில்லை, வாகனத்தின் சில பாகங்கள் மட்டுமே உடைந்திருந்தது. வாகனத்தின் அருகில் சில உடைந்த மதுபான பாட்-டில்களும் கிடந்தன. பின் அவ்விருவரும் அங்கிருந்து கிளம்பினர்.

11

மாய மழை

இன்றைய வானிலை அறிக்கை: 'வளிமண்டல மேலடுக்கு சுழற்சி காரணமாக தென் தமிழக கடலோர மாவட்டங்களில் இன்றும் நாளையும் இடி, மழையுடன் கூடிய சூறாவளி காற்று மணிக்கு 60 முதல் 70 கி.மீ. வேகத்தில் வீசக்கூடும், எனவே மீனவர்கள் கடலுக்குள் செல்ல வேண்டாம் என்று சென்னை வானிலை ஆய்வு மையம் தெரிவித்துள்ளது'. என்று செய்தி வாசிப்பாளர் வானிலை அறிக்கையைக் கூறினார்.

'என்னடா, ஊருக்கு நாளைக்கு காலைல போறிங்ளா?' என தொலைக்காட்சியில் ஒளிபரப்பாகிக்கொண்டிருக்கும் செய்தியை பார்த்தவாரே தன் மூத்த மகன் ஆதவனிடம் சிதம்பரம் கேட்டார்.

'கார்ல தான போறோம்....இன்னிக்கு சாயங்காலமே போறோம்ப்பா' என்று ஆதவன் செய்தித்தாளைப் பார்த்தவரே கூறினான்.

'மாதவா, இன்னிக்கு காலேஜ் முடிஞ்சதும் சீக்கிரம் வா, சாய்ங்காலம் 6 மணிக்கு நாகப்பட்டினம் போகணும்' என்று தன் தம்பி மாதவனிடம் ஆதவன் கூறினான்.

'ம்ம்ம் சரி' என்று மாதவன் கூறினான்.

ஆதவனின் அப்பா அம்மா இருவரும் அரசுப் பள்ளி ஆசிரியர்கள், தம்பி மாதவன் கோவில்பட்டியில் உள்ள தனியார் கலை மற்றும் அறிவியல் கல்லூரியில் இரண்டாம் ஆண்டு படிக்கிறான். ஆதவன் ஒரு பொறியியல் பட்டதாரி. தற்போது போட்டி தேர்விற்கு தயார் செய்து வருகிறான்.

காலை 8.30 மணிக்கு ஆதவனின் அப்பாவும் அம்மாவும் அவர்கள் பணிபுரியும் பள்ளிகளுக்குச் சென்றனர். காலை 9.30 மணிக்கு மாதவன் கல்லூரிக்குச் சென்றான். ஆதவன் தனது அறைக்குச் சென்று படிக்கத் தொடங்கினான். இரவில் கண்விழித்து வாகனத்தை இயக்க வேண்டும் என்பதனால் மதியம் உணவு உண்டபின் ஆதவன் தூங்கச்சென்றான்.

மாலை 5 மணிக்கு ஆதவன் தூக்கத்திலிருந்து எழுந்து காரை ஒரு முறை பரிசோதித்துவிட்டு, எரிபொருள் நிரப்பிக் கொண்டு வீட்டிற்கு வந்தான். பள்ளி முடிந்து அப்பாவும் அம்மாவும் வீட்டிற்கு வந்தனர். மாதவனும் இன்று விரைவாவே வீட்டிற்கு வந்துவிட்டான், இருந்தாலும் அவர்கள் வீட்டைவிட்டு கிளம்புவதற்கு மாலை 7 மணி ஆகிவிட்டது.

'எங்க சாப்ட போறிங்க?' என்று சிதம்பரம் கேட்டார்.

'எட்டயபுரத்துல தான் சாப்டனும்' என்று ஆதவன் கூறினான்.

'சரி பாத்துப்போங்கப்பா' என்று ஆதவனின் அம்மாவும் அப்பாவும் கூறினர்.

வீட்டிலிருந்து கிளம்பி 20 நிமிடங்களில் அவர்கள் எட்டயபுரத்துக்கு வந்துவிட்டனர். முண்டாசு கவி பாரதியாரின் வீட்டுக்கு செல்லும் வழி-யில் உள்ள ஒரு உணவகத்திற்கு முன் வாகனத்தை நிறுத்தினர்.

'லேய், ஊருக்கு போய்ட்டு வரும்போது முடிஞ்சா பாரதியார் வீட்-டுக்கு போய்ட்டுவருவோம்' என்று மாதவன் கூறினான்.

'இதுவரைக்கும் நீ போனதே இல்லயால?' என்று ஆதவன் கேட்-டான்.

'ஆமா, போனதே இல்ல'

'லீவுல எங்கலாம் சுத்துற, இங்க இருக்குற எட்டயபுரத்துக்கு உன்-னால வர முடியல்' என்று ஆதவன் கூறினான்.

'சரி விடு, வா சாப்டுவோம்' என்று மாதவன் சிரித்துக்கொண்டே உணவகத்தை நோக்கிச் சென்றான்.

இருவரும் உணவு அருந்திவிட்டு, அருகில் உள்ள கடைக்குச் சென்று வாழைப்பழங்களும், சில தின்பண்டங்களும் வாங்கினர். பின் மீண்டும் தங்களுடைய இனிய இரவு பயணத்தை தொடர்ந்தனர்.

'நாளைக்கு சாயங்காலம் கிளம்பிருவோம்ல?' என மாதவன் கேட்-டான்.

'இல்ல ஞாயிற்று கிழம காலைல தான் கிளம்புறோம், ஏன் உனக்கு எதும் வேல இருக்கா? என்று ஆதவன் கேட்டான்.

'வேல ஒன்னும் இல்ல, ப்ரியாவுக்கு ஞாயிற்று கிழம பர்த்டே அதான்.....' என்று மாதவன் கூறினான்.

'தம்பி! இது நல்லது இல்லப்பா, படிக்கிற வயசுல நல்லா படிக்கணும்ப்பா. நீ லவ் பண்ணு வேண்டாம்னு சொல்லல, அதுக்காக படிப்ப விட்றாத தம்பி' என்று ஆதவன் கூறினான்.

'இந்தா இப்டி பூமர் மாதிரி பேசக் கூடாது, அவளுக்கு பர்த்டேனு தான் சொன்னேன் அதுக்கு இவ்ளோ பெரிய கதையா?' என மாதவன் கேட்டான்.

'நல்லது சொன்னா பூமராடா!' என ஆதவன் அலுத்துக்கொண்டான்.

'அதுக்கு சொல்லல ப்ரோ, நான் லவ் பண்ணாலும் படிச்சுருவேன் ப்ரோ' என்று மாதவன் கூறினான்.

'நல்லா இருந்தா சரிதாம்ப்பா' என்று ஆதவன் பெருமூச்சுடன் கூறினான்.

இருவரும் விளாத்திகுளத்தை தாண்டி வேம்பார் அருகே சென்றனர். காலையில் வானிலை அறிக்கை செய்தியில் கூறியபடி மழை வருவதற்கான அறிகுறிகள் தென்பட்டன. இருவரும் வாகனத்தின் கண்ணாடிகளை இறக்கினர். மண் வாசனை மனம் அவர்கள் இருவரின் மனதையும் வருடியது. மழை சாரல்கள் மண்ணில் விழத் தொடங்கியது.

'மாதவா இளையராஜா பாட்ட போடு' என்று ஆதவன் கூறினான்.

'நானும் இப்ப அதத்தான் சொல்ல வந்தேன்' என்று மாதவன் கூறினான்.

இரவின் நிழலில் இளையராஜா பாடல்களைக் கேட்டவாறே கிழக்கு கடற்கரை சாலையில் இருவரும் சென்றனர். வேம்பாரை நெருங்கியதும் மழை அதிகமாகப் பெய்ய தொடங்கியது. இருவரும் காரின் கண்ணாடிகளை ஏற்றினர். காற்றும் கொஞ்சம் அதிகமாக வீசத் தொடங்கியது.

'காலைல நியூஸ்ல சொன்ன மாதிரியே காத்து அடிக்குதுல' என மாதவன் கூறினான்.

'ம்ம்ம் ஆமா, நாகப்பட்டினம் போற வரைக்கும் இப்படித்தான் இருக்குமோ?' என ஆதவன் கூறினான்.

இப்படி இவர்கள் பேசிக்கொண்டிருக்கும் பொழுதே மழை அதி பயங்கரமாகப் பெய்ய தொடங்கியது. காற்றும் வேகமாக வீசியது. சாலை தெரியாத அளவிற்கு மழை பெய்தது.

'உனக்கு முன்னாடி எதும் தெரியுதால?' என மாதவன் கேட்டான்.

'கொஞ்சம், கொஞ்சம் தெரியுது' என ஆதவன் கூறினான்.

காற்றும் மழையும் அதிகமாகிக்கொண்டே இருந்தது. அண்ணன் தம்பி இருவருக்கும் சிறிது பயம் ஏற்பட்டது. அவர்களின் கண்களுக்கு மழையை தவிர வேறு ஏதும் தெரியவில்லை.

'ஓரமா இங்க நிப்பாட்டு' என மாதவன் கூறினான்.

'ம்ம் சரி' என்று ஆதவன் கூறிவிட்டு, வாகனத்தை சாலையின் ஓரத்தில் நிறுத்தினான்.

மழை சற்று குறைந்தது ஆனால் காற்று வீசுவது நின்றபாடில்லை, அது தனது வேலையை சரியாக செய்துகொண்டிருந்தது. ஆதவன் மெதுவாக வாகனத்தை இயக்கினான். சிறுது தூரம் சென்றபின், மறுபடியும் மழை அதிகமாக பெய்தது. மீண்டும் வாகனத்தை ஓரமா நிறுத்தினான்.

'இப்போ என்னல பன்றது?' என்று மாதவன் கேட்டான்

'கொஞ்ச நேரம் பாப்போம், மழ நிக்கலனா, மெதுவா போவோம்' என்று ஆதவன் கூறினான்.

அவர்கள் இருவரும் மழையை பார்த்துக்கொண்டிருந்தனர். ஆரம்பத்தில் மழையை ரசிக்கத் தொடங்கிய அவர்கள், தற்போது வெறுக்க தொடங்கினர். கிட்டத்தட்ட அரைமணி நேரம் எங்கும் செல்லாமல் அங்கேயே நின்றனர்.

'இது சரிபட்டுவராது, மெல்ல அப்படியே போவோம்' என்று கூறியவாறே ஆதவன் வாகனத்தை இயக்கினான்.

சாதாரணமாக வீசிய காற்று, தற்போது சூறாவளியாக உருமாறியுள்ளது. வாகனத்தை முன்னே செல்லவிடாமல் தடுத்து, பின்னால் தள்ளியது. ஆதவன் எவ்வளவோ முயற்சி செய்தும் அவனால் வாகனத்தை கட்டுப்படுத்த முடியவில்லை. இந்த போராட்டம் கிட்டத்தட்ட அரைமணி நேரம் தொடர்ந்தது. பின் ஒரு வழியாக மழை படிப்படியாகக் குறைந்தது.

'ப்பா!!! என்னா மழ, காத்து.....என் வாழ்க்கைல இப்டி ஒரு மழைய பாத்ததே இல்ல' என மாதவன் பயத்துடன் கூறினான்.

'ஆமா எப்டியோ மழ நின்னுச்சு, அதுவரைக்கும் சந்தோசம்' என பெருமூச்சுடன் ஆதவன் கூறினான்.

'இது எந்த ஊரு? இப்போ எங்க இருக்கோம்? உனக்கு எதும் தெரியுதா?' என மாதவன் கேட்டான்.

'எப்டியும் சாயல்குடிய தாண்டிருப்போம்' என்று ஆதவன் கூறினான்.

அவர்களின் வாகனம் காவல்துறை சோதனை சாவடி அருகே சென்-
றது.

'நிப்பாட்டுங்க, எங்க இருந்து வாரிங்க? எதுக்கு இவ்ளோ வேகமா
வாரிங்க? ஊதுங்க' என்று ஒரு காவலர் அவர்களிடம் வினவினார்.

'கோவில்பட்டில இருந்து வாரோம் சார், வேம்பார்ல இருந்து சரியான
மழ காத்து அதான் வேகமா வந்தோம் சார்' என ஆதவன் அந்த காவ-
லரிடம் கூறினான்.

'என்னது வேம்பார்ல மழையா? தம்பி ரெண்டு பேரும் காரவிட்டு
எறங்குங்க' என அந்த காவலர் கூறினார்.

'என்ன சார் ஆச்சு? இது எந்த ஊரு சார்?' என்று ஆதவன் கேட்-
டான்.

'வேம்பார்ல இருந்துட்டே எங்க இருக்கோம்னு கேக்க பத்தியா, இங்க
எங்க மழ பெய்து? என அந்த காவலர் கூறினார்.

அண்ணன் தம்பி இருவருக்கும் ஒரு நிமிடம் தூக்கிவாரிப்போட்டது.
ஒருவரையொருவர் பயத்துடன் பார்த்தனர். அந்த காவலர் அவர்கள்
இருவரையும் மது அருந்தியுள்ளார்களா என பரிசோதித்துவிட்டு, அவர்-
கள் வந்த வாகனத்தையும் வாகனத்தின் ஆவணங்களையும் பரிசோதித்-
துவிட்டு அவர்களை அனுப்பினார்.

'தம்பி, மெதுவா போங்க, ரெண்டு நாளைக்கு முன்னாடி ஒரு குடி-
காரன் குடிச்சிட்டு கார்ல வந்து ஒரு நிறமாத கர்ப்பிணிய தட்டிட்டான்.
பாவம் அந்த பொண்ணு பரிதாபமா இறந்துருச்சு. அந்த கார்காரனும்
மரத்துல மோதி செத்துட்டான்.' என்று அந்த காவலர் கூறினார்.

'சரி சார்' என்று கூறியவாறே இருவரும் அவ்விடத்தைவிட்டு நகர்ந்-
தனர்.

'என்னல நடக்குது?, ஒருவேள அந்த செத்துப்போன பொண்ணுதான்
ஆவியா வந்து இப்டி பண்ணிருக்குமோ?' என்று பயத்துடன் மாதவன்
கேட்டான்.

'என்னமோ, மொதல்ல இங்க இருந்து கிளம்பனும், சீக்ரம் கார்ல
ஏறு' என்று ஆதவன் கூறினான்.

இருவரும் வாகனத்தில் ஏறினர்.

'லேய் பேசாம வீட்டுக்கு போயிருவோம், நாகப்பட்டினத்துக்கு
காலைல போவோம்' என்று ஆதவன் கூறினான்.

'எப்பா சாமி அந்த ரூட்ல மட்டும் தயவு செஞ்சு போயிராத, அதுக்கு பேசாம நாகப்பட்டினத்துக்கே போயிரு' என்று மாதவன் கூறினான்.

'அப்போ திரும்ப வரைல எந்த ரூட்ல வருவ?' என்று ஆதவன் வினவினான்.

'அது... பகலைல தான வருவோம் பாத்துக்கலாம்' என்று மாதவன் பதிலளித்தான்.

'இன்னிக்கு வெள்ளிக்கிழம வேற' என்று ஆதவன் சிரித்துக்-கொண்டே கூறினான்.

'எப்பா சாமி நீ மொதல்ல கார எடு' என்று எரிச்சலுடன் மாதவன் கூறினான்.

'என்ன இன்னும் போற மாதிரி ஐடியா இல்லயா?' என்று அந்த காவலர் கேட்டார்.

'இல்ல சார் எங்க சாப்பிடலாம்னு பேசிட்டு இருக்கோம்' என மாத-வன் கூறினான்.

'இங்க இருந்து 500 மீட்டர்ல நீங்க வந்த வழில ஒரு கட இருக்கு, அங்க நல்லா இருக்கும். இதுக்கு அடுத்து சாயல்குடில தான் ஹோட்டல் இருக்கு எடைல எங்கயும் இல்ல' என அந்த காவலர் கூறினார்.

'என்னது மறுபடியும் அந்த வழியா!!!' என மனதிற்குள் நினைத்துக்-கொண்ட அவர்கள் 'நாங்க சாயல்குடியிலேயே சாப்பிடுறோம் சார்' என கூறிவிட்டு பயத்தில் வாகனத்தில் பறந்தனர்.

12

புவியின் கடைசி மனிதன்

மனித இனம் பரிணாம வளர்ச்சி அடைந்ததன் விளைவால் இன்று அவன் உயிரோடு இருக்கிறான். இல்லையென்றால் பல மில்லியன் ஆண்டுகளுக்கு முன் டைனோசர் இனம் அழிந்ததுபோல் மனித இனமும் அழிந்திருக்கும். அறிவியலும் விஞ்ஞானமும் மனித இனத்தை இந்த பிரபஞ்சத்தில் உயிருடன் வாழ்வதற்கு வழிவகை செய்துள்ளது. 2150 ஆம் ஆண்டு முதல் மனிதர்கள் சூரிய குடும்பத்தில் உள்ள மற்ற கிரங்கங்களில் வசிக்கத் தொடங்கினர். 2300 ஆம் ஆண்டில் பூமியில் உள்ள மனித எண்ணிக்கையில் பாதிபேர் மற்ற கிரகங்களுக்கு குடியே- றினர். அதுமட்டுமில்லாமல் புவியில் உள்ள மற்ற உயிரினங்களையும் அவர்களுடன் அழைத்துச் சென்றனர். சூரிய குடும்பத்தில் உள்ள வாயு கிரங்களைத் தவிர மற்ற அனைத்து கிரங்களையும் புவியைப் போல் மாற்றினான் மனிதன்.

மனிதனுக்கு ஒரு கிரகத்திலிருந்து மற்றொரு கிரகத்திற்கு செல்வது சாதாரண நிகழ்வாக மாறியது. ஆனாலும் மனிதனை விட இந்த பிர- பஞ்சம் மேலானது, புதிரானது. 2600 ஆம் ஆண்டில் பூமியில் உள்ள விஞ்ஞானிகளும் மற்ற கிரகத்தில் உள்ள விஞ்ஞானிகளும் ஒரு பொரு- ளைக் கண்டு அஞ்சினர். இந்த பிரபஞ்சத்தில், பிரபஞ்சம் மட்டுமே ஒளியை விட வேகமாக விரிவடைந்து கொண்டிருக்கிறது, மற்ற எந்தப் பொருளாலும் ஒளியின் வேகத்தில் செல்ல முடியாது. இந்நிலையில் ஒரு

பெரிய விண்கல் ஒளியின் வேகத்தில் பூமியை நோக்கி வருவதை கண்டு விஞ்ஞானிகள் குழப்பமடைந்தனர். அதிக நிறை கொண்ட ஒரு பொருள் எப்படி ஒளியின் வேகத்தில் பயணிக்க முடியும்? அதற்கான ஆற்றல் எங்கிருந்து கிடைக்கிறது? அது எங்கிருந்து வருகிறது? இவ்வாறான பல கேள்விகளை அவர்கள் எழுப்பினர். ஆனால் அவர்களுக்கு அதற்கான பதில்தான் கிடைக்கவில்லை.

தற்போது அந்த விண்கல் பூமியிலிருந்து ஐந்து ஒளியாண்டு தூரத்தில் உள்ளது, இன்னும் ஐந்து வருடத்தில் பூமியை தாக்கும் என விஞ்ஞானி-கள் கணித்தனர். அதனால் பூமியில் உள்ள மக்களை வேறு கிரகத்திற்கு மாற்றுவதற்கான ஏற்பாடுகளை அந்தந்த நாட்டின் விண்வெளி ஆராச்சி நிறுவனங்கள் மேற்கொண்டன.

நான்கு வருடங்கள் பயத்துடன் கழிந்தன. ஐந்தாவது வருடமும் பிறந்தது. உலகில் உள்ள அனைவரும் வேறு கிரகத்திற்கு மாற்றப்பட்-டனர். சில ஆயிரம் பேர் மட்டுமே பூமியில் உள்ளனர், அதில் பெரும்-பாலானோர் ஆராய்ச்சியாளர்கள்.

'அப்பா எதுக்கு இப்டி அடம் பிடிக்கிறீங்க?, இந்த உலகமே அழிய போகுது. எங்களோட வாங்க' என்று பரணியின் இளைய மகன் இனிய-வன் கூறினான்.

'இல்லப்பா நீங்க போங்க, நான் வரல' என பரணி கூறினார்.

'ஐய்யா நாமும் பூமியை விட்டுப் போகலாம், நாம் மற்ற கிரகங்களில் ஆராய்ச்சியை மேற்கொள்ளுவோம்' என பரணியின் உதவியாளராகப் பணியாற்றும் காளையன் என்ற ரோபோ கூறியது.

'காளையா நீ வேணும்னா போ, நான் வரல' என பரணி கூறினார்.

64 வயதாகும் பரணி ஒரு இயற்கை ஆர்வலர் மற்றும் ஓய்வு பெற்ற விண்வெளி ஆராய்ச்சியாளர். அவருக்கு இரண்டு மகன்கள், மூத்த மகன் செவ்வாய் கிரகத்திலும், இளைய மகன் பூமியிலும் வசித்து வரு-கின்றனர். அவருடைய மனைவி மூத்த மகனுடன் செவ்வாய் கிரகத்தில் வசித்து வருகிறார். பணியிலிருந்து ஓய்வு பெற்றாலும் தனது ஆராய்ச்சி பணிகளை அவர் விடவில்லை, தொடர்ந்து இந்த பிரபஞ்சத்தைப் பற்றி ஆய்வு செய்துகொண்டே இருப்பவர். இந்த பூமியை பெரிதும் நேசிப்ப-வர். அவருடைய மூத்த மகன் கதிரவன் 25வது வயதிலே செவ்வாய் கிரகத்தில் சொந்தமாக இடம் வாங்கி அங்கே இருந்துவிட்டார். செவ்-வாய் கிரகத்தில் பிறந்து வளர்ந்த பெண்ணைத் திருமணமும் செய்து-

கொண்டார். இளைய மகன் இனியவனுக்கும் நிலவில் கொஞ்சம் இடம் உள்ளது. இனியவன் தனது மனைவி மற்றும் குழந்தைகளுடன் நிலாவிற்கு செல்லத் தயாராக இருந்தான். தனது தந்தையை விட்டுச் செல்ல மனம் இல்லாமல் புவியில் வசித்து வருகிறான். தற்போது ஏற்பட்டுள்ள இந்த சூழ்நிலையிலும் தனது தந்தை வர மறுப்பதை நினைத்து தினமும் வருந்துகிறான்.

ஒருநாள் இந்திய விண்வெளி ஆராய்ச்சி நிறுவன அதிகாரிகளும், சில அரசு அதிகாரிகளும் பரணியின் வீட்டிற்கு வந்தனர்.

'தம்பி அப்பா இருக்காரா?' என ஒரு அதிகாரி இனியவனிடம் கேட்டார்.

'வாங்க சார், மேல லேப்ல இருக்காரு, எப்படியாவது அவர் மனச மாத்திருங்க சார்' என்று இனியவன் கூறினான்.

'அதுக்குதான் தம்பி வந்துருக்கோம்' என அந்த அதிகாரி கூறினார்.

அதிகாரிகளும் இனியவனும் பரணியின் வீட்டின் மேல உள்ள ஆய்வகத்திற்கு சென்றனர்.

'அது என்னதுப்பா புதுசா இருக்கு?' என்று பரணியின் ஆய்வகத்தில் துணியை வைத்து மூடிய நிலையில் உள்ள பொருளைப் பார்த்து இனியவன் கேட்டான்.

'அது பழைய பொருள அங்க ஓரமா போட்டு மூடி வச்சிருக்கேன்ப்பா' என்று பரணி கூறினார்.

'இங்க பாருங்க சார் இன்னும் ரெண்டு மாசத்துல இந்த உலகம் அழிஞ்சுரும். ப்ளீஸ் எங்க கூட வாங்க' என ஒரு அதிகாரி கூறினார்.

'சொல்றேன்னு தப்பா நெனச்சுக்காதீங்க சார், நான் பல தடவ சொல்லிட்டேன்....நான் பூமிய விட்டு எங்கயும் வரமாட்டேன், இதான் என்னோட முடிவு' என பரணி கூறினார்.

'சார் இது அரசாங்கத்தோட முடிவு, நீங்க எங்க கூட வந்துதான் ஆகணும்'

'சார் இது என்னோட தனிப்பட்ட உரிம.......ப்ளீஸ் என்ன கட்டாயப்படுத்தாதீங்க' என்று வானை பார்த்தவாறு பரணி கூறினார்.

'சரி சார் இதுக்கு மேல உங்க விருப்பம், நாங்க கிளம்புறோம்' என அதிகாரிகள் கூறிவிட்டு அங்கிருந்து கிளம்பினர். வாடிய முகத்துடன் அவர்களை இனியவன் வழியனுப்பிவைத்தான்.

இந்த இரண்டு மாதங்களில் பரணி தினமும் அவருடைய நேரத்தை ஆய்வகத்திலே செலவு செய்தார். மற்றொருபுறத்தில் ஆராய்ச்சியாளர்கள் பூமியிலிருந்து விலங்குளையும், தாவரங்களையும் மற்ற கிரகங்களுக்கு அனுப்பிவைத்தனர். இப்படியே நாட்கள் சென்றன. இனியவனும் அவனுடைய மனைவி குழந்தைகளுடன் நிலவிற்கு சென்றுவிட்டான். பரணியும் அவருடைய உதவியாளர் காளையன் மட்டும் புவியில் இருந்-தனர்.

அனைவரும் பூமியை விட்டு மற்ற கிரகத்திற்கு சென்றுவிட்டனர், விண்வெளி ஆய்வாளர்கள் மட்டும் புவியில் இருந்தனர். மனித இனத்தை உருவாக்கிய பூமி தற்போது அழிய போகிறது. உணவு, உடை, இருப்பிடம், சுவாசிப்பதற்கு காற்று, பருக நீர் என அனைத்தையும் வாரி வழங்கி மனித இனத்தை காத்த புவியை தற்போது காப்பாற்ற யாரு-மில்லை.

விண்கல் தாக்குவதற்கு இன்னும் இரண்டு நாட்களே உள்ளன. மீதம் இருந்த விண்வெளி ஆராய்ச்சியாளர்களும் புவியை விட்டு புறப்பட தயாராகினர், இதற்கான 29 மணி நேர கவுண்ட்டவுனும் தொடங்-கியது......10,9,8,7,6,5,4,3,2,1 செல்லலாம். மீதம் இருந்தவர்களும் புவியை விட்டுக் கிளம்பினர்.

நிலவில் இனியவன் தன்னுடைய பொருட்களையெல்லாம் அவனு-டைய வீட்டில் எடுத்துவைத்துக்கொண்டிருந்தான், அப்பொழுது அவனு-டைய தந்தை அவனுக்கு அளித்த புத்தகத்திலிருந்து ஒரு கடிதம் கீழே விழுந்தது. அக்கடிதத்தை எடுத்து இனியவன் படிக்கத் தொடங்கினான்.

"இனியவா, நான் இல்லனு கவலபடாத. நான் எப்போதும் உன் கூடத்தான் இருக்கேன். மனிதர்கள் ஒவ்வொரு நாளும் ஒவ்வொரு கண்-டுபிடிப்புகளைக் கண்டுபிடிக்கின்றனர். அவை அனைத்தும் மனித இனம் அழியாமல் காப்பதற்கே. இன்று சூரிய குடும்பம் நமக்கு வசமாகியுள்ளது. நாளை இந்த பால்வெளி அண்டம் வசமாகலாம். அடுத்து பிரபஞ்சம்-தான். வாழ்வில் எது நடந்தாலும் கடந்து செல், அதுவே நல்லது. எப்-பொழுதும் மகிழ்ச்சியுடன் இரு. உன் குழந்தைகளுக்குத் தமிழை சொல்-லிக்கொடு. வாய்ப்பு கிடைத்தால் மீண்டும் சந்திப்போம்".

இக்கடிதத்தை படித்து முடித்ததும் இனியவனின் கண்களில் கண்ணீர் வரத்தொடங்கியது. கண்ணீரை துடைத்துக் கொண்டு, அக்கடிதத்தை அதே புத்தகத்தினுள் வைத்துவிட்டு, அப்புத்தகத்தை அவனுடைய

மேசையில் வைத்தான்.

பூமியிலிருந்து கிளம்பிய ஆராய்ச்சியாளர்கள், மேலே சென்று கொண்டிருக்கும்பொழுது பூமியை புகைப்படம் எடுத்தனர்.

'இதற்கு முன் பல அழிவுகளைக் கண்ட நம் பூமி அதிலிருந்து மீண்டு வந்துள்ளது. இம்முறையும் கண்டிப்பாக மீண்டு வரும்' என ஒரு ஆராய்ச்சியாளர் கண்களில் கண்ணீருடன் பூமியை பார்த்தவாறே கூறி- னார். பூமி தனியாக இல்லை, அதற்குத் துணையாகப் பல உயிரினங்கள் அதனுடன் உள்ளது. ஒரு மனிதரும் உள்ளார் 'புவியின் கடைசி மனிதர்' என மற்றொரு ஆராய்ச்சியாளர் கூறினார்.

அந்த நாளும் வந்தது. மற்ற கிரகங்களில் உள்ள அனைத்து விஞ்- ஞானிகளும் பூமியை கவனித்து கொண்டிருந்தனர். விண்கல்லும் பூமியை நெருங்கியது. விண்கல் பூமியின் வளிமண்டலத்திற்குள் நுழைந்ததும், பூமியிலிருந்து ஏதோ ஒரு பொருள் ஒளியின் வேகத்தில் பூமியை விட்டுச் சென்றது. விண்கல் பூமியின் மேல் மோதியது. மனிதனின் கண்முன்னே புவி அழிய தொடங்கியது.

'எவ்வளவு கண்டுபிடிப்புகள், எவ்வளவு முன்னேற்றங்கள், எவ்வளவு நவீன கருவிகள். இவ்வளவு இருந்தும் புவியை காக்க முடியவில்லை. இயற்கை என்றும் மனிதனைவிட, மனித சக்தியைவிட, அவனுடைய கண்டுபிடிப்புகளைவிட மேலானது, புதிரானது. மனித இனம் பரிணாம வளர்ச்சி அடைந்ததன் விளைவால் இன்று அவன் உயிரோடு இருக்கி- றான்' என்று மற்ற கிரங்களில் உள்ள அனைவரும் சமூக வலைத்தளங்- களில் பகிர்ந்தனர்.

"உங்கள் அனைவருக்கும் வாழ்த்துகள். நீங்கள் வெற்றிகரமாக ஒரு புத்தகத்தை முழுமையாகப் படித்துள்ளீர்கள்."

இப்புத்தகத்தை பற்றிய உங்களது கருத்துக்களை akthenventhan@gmail.com என்ற மின்னஞ்சல் முக-வரியில் தெரிவிக்கலாம். அல்லது சமூக வலைத்தளங்கள் மூலமாகவும் தெரிவிக்கலாம்.

Instagram: ak_thenventhan

Twitter: ak_thenventhan

நன்றி!!!

-அருண் குமார் தென்வேந்தன்